பாண்டியன் பரிசு

பாவேந்தர் பாரதிதாசன்

ரிதம்

ரிதம் வெளியீடு

பாண்டியன் பரிசு
பாவேந்தர் பாரதிதாசன்©

Pandiyan Parisu
Pavendhar Bharadhidasan©

1st Edition: Dec 2022
Pages: 104   Price: Rs. 100
ISBN: 978-93-93724-48-9

Publishing Editor
T. Senthil Kumar

Published by:
Rhythm Veliyeedu
New No.58, Old No.26/1, 1st Floor,
Alandur Road, Saidapet,
Chennai - 600 015, Tamil Nadu, INDIA
Ph : (044) 2381 0888, 2381 1808, 4208 9258
E-mail : senthil@rhythmbooks.in
Web : www.rhythmbooksonline.com

Book Layout by
Visual Vinodh - 9500149822

முன்னுரை

உரை நடையால் எழுதுவதினும், கவிதையால், குறைந்த சொற்களால் ஒன்றைச் சொல்லி முடித்து விடலாம்.

"பலசொல்லக் காமுறுவர் மன்ற மாசற்ற சிலசொல்லல் தேற்றா தவர்" என்றார் வள்ளுவர்.

முதலில் உரை நடையால் இக்கதையை ஆக்கினேன்; மிகப் பெருஞ்சுவடியாதல் கூடும்எனத் தோன்றவே, ஏறக்குறைய நானூறு எண் சீர் விருத்தங்களால் எழுதி முடித்தேன்.

தொடக்கப் படிப்பினரும் புரிந்து கொண்டார்கள் இச்செய்யுளின் பொருளை எனின் - அதுதான் எனக்குமகிழ்ச்சி யூட்டுவது!

எளிய நடை ஒன்றாலேயே தமிழின் மேன்மையைத் தமிழின் பயனைத் தமிழர்க்கு ஆக்கமுடியும் என்பது என் அசைக்க முடியாத நம்பிக்கை.

பாரதிதாசன்

இவர்கள் யார்?

வேலன்	கதைத் தலைவன்
அன்னம்	கதைத் தலைவி
வீரப்பன்	வேலனின் தந்தை; திருடர் தலைவன்
ஆத்தாக் கிழவி	வீரப்பன் மனைவி
கதிரைவேல்	அன்னத்தின் தந்தை; கதிர் நாட்டரசன்
கண்ணுக்கினியாள்	கதிர் நாட்டரசி
வேழமன்னன்	வேழ நாட்டரசன்
நரிக்கண்ணன்	அன்னத்தின் தாய்மாமன்; வேழநாட்டுப் படைத்தலைவன்
பொன்னப்பன்	நரிக்கண்ணன் மகன்
சீனி	கணக்காயர்; வேலனின் ஆசிரியர்
நீலன்	கதிர் நாட்டமைச்சன் மகன்
நீலி	நீலனின் காதலி; அன்னத்தின் தோழி

இயல் 1

கதிர்நாட்டை நோக்கி வேழநாட்டுப் படை

சீர்மிகுத்த கதிர்நாட்டின் மேலே, அந்தத்
திறல்மிகுத்த வேழநாட் டுப்ப டைகள்,
போர்தொடுக்கப் பாய்ந்தனவாம் கடலைப் போலே!
பொன்னொளியைப் பாய்ச்சுகின்ற தேர்ப்ப டைகள்,
கார்மிகுத்தாற் போலேயா னைப்ப டைகள்,
கழுத்துமயிர் ஆடுகுதி ரைப்ப டைகள்,
நேர்மிகுத்த வில், வேல், வாள் தூக்கி வந்த
நெடியகா லாட்படைகள் இவைகள் யாவும்,

மண்ணதிர விரைந்தனவாம்! முரசு, "வெற்றி
வாய்க" என முழங்கினவாம்! சங்கும் மற்றும்
பண்ணதிரும் கருவிபலப் பலவும் கூடிப்
பாரதிரச் செய்தனவாம்! கொடியின் கூட்டம்
விண்ணதிரப் பறந்தனவாம்! ஆயு தங்கள்
விழியதிர மின்னினவாம்! படைத்தலைவர்,
கண்ணதிரும் கனல்சிந்திப் படைந டத்தக்
கழறுமொழி ஒவ்வொன்றும் அதிர்வேட் டேயாம்!

கதிர்நாட்டின் நெடுங்கோட்டை மதிலின் மீது
கைகாட்டி "வாபகையே" எனஅ ழைக்கும்
புதுமைபோல் கொடிபறக்கக் கண்டார் அன்னோர்!
"போவீர்கள் விரைவாகப் பகைவர் கோட்டை
அதோபாரீர்!" எனஉரைத்தார் படைத்த லைவர்;
ஆம் என்று குதித்தார்கள் மறவ ரெல்லாம்;
அதிரும்நடை யாற்புழுதி விண்ணில் ஏற
ஆர்ப்பாட்டப் போர்ப்பாட்டுப் பாடிச் சென்றார்!

இயல் 2

கதிர்நாட்டின் வேவு பார்ப்போர் பகைப்படை வருவதைப் பார்த்தார்கள்!

அழகிய அக்கதிர்நாட்டுக் கோர்கா தத்தில்
அவ்வேழப் படைநெருங்கும் காட்சி தன்னை,
விழிஇமைத்தல் இல்லாமல் வேவு பார்ப்போர்
விண்ணுயர்ந்த மதிலின்மேல் நின்று பார்த்தார்.
மொழிஅதிர்த்தார், பறை அதிர்த்தார்; "வேழ நாட்டான்
முழுப்படையும் எழுப்பிவந்தான்" என்று தங்கள்
பழியற்ற தாய்நாட்டார் அறியச் செய்தார்.
கதிர்நாட்டின் படைமறவர் கொதித்தெ ழுந்தார்.

அமைதிகுடி கொண்டிருந்த கதிர்நா டந்தோ
அலறிற்று! முதியோர்கள் கலங்கி னார்கள்!
தமக்காக அன்றித் தம் கணவர், மக்கள்
தமைஎண்ணி மகளிரெலாம் நடுங்கி னார்கள்!
"நமக்குரிய நாட்டினிலே பகைவர் கால்கள்
நாட்டுவதை நாம்ஒப்ப லாமோ?" என்று
சிமிழ்க்காத விழியினராய் வாளைத் தூக்கிச்
சினத்தோடு வெளிப்போந்தார் இளைஞர் எல்லாம்.

இயல் 3

சதிராடு கூடத்தில் அரசன், அரசி

கதிர்நாட்டின் கதிரைவேல் மன்னன் தானும்,
காதல்மனை யாம்கண்ணுக் கினியாள் தானும்
சதிராடு கூடத்தில் தவிச மர்ந்து
தமிழ்ப்பூவால் இசைப்பாக்கள் புனைந்தி ருந்தார்.
"அதிர்படைகள் கூட்டிவந்தான் வேழ நாட்டான்
அதோஒருகா தத்தில்" என்றான் படைத்த லைவன்!
"எதிர்த்தானா வேழமன்னன்? நரிகண் ணன்தான்
எமைநோக்கிப் படைநடத்த ஒப்பி னானா?

என்கண்ணுக் கினியாளே, அன்பே! உன்றன்
எழில்அண்ணன் நரிக்கண்ணன், வேழ நாட்டின்
வன்மையுறு படைத்தலைவ னாய்இ ருந்தும்

வேழர்படை வருவதை, ஏன் என்னிடத்தில்
முன்னமே சொல்லவில்லை? வேழ நாட்டான்
முழுதும்நமை ஆதரிப்ப தாக அன்றோ
சொன்னான்?இந் நாட்டினிலே நம்ப டைகள்
தோதில்லா திருக்கையிலே நமைஎ திர்த்தார்!

இந்நாட்டை உன்அண்ணன் பெறநி னைத்தான்!
என்படையின் தளர்நிலையை, அவனை யல்லால்
பின்எவரும் அறியாரே! உடன்பி றந்தான்
பெரும்பகைவன் எனக்கு! நெடு வைய மீதில்
என்ஆவி போன்றவள்நீ! என்ன செய்வேன்?
என்வெற்றி உன்துன்பம் அன்றோ பெண்ணே!
மன்னவன்நான் எனைநம்பி வாழு கின்ற
மக்கட்கோ என்கடமை ஆற்ற வேண்டும்."

என்றுபல வாறுரைத்து நின்றான்! அங்கே
எதிரினிலே அரசனது கட்ட ளைக்கு
நின்றிருந்தான் படைத்தலைவன்; அமைச்சன் நின்றான்!
நெடுவிழியிற் கனல்சிந்த அரசி சொல்வாள்:
"முன்ஒருநாள் என்அண்ணன் இங்கு வந்தான்
ஏதேதோ மொழிந்திட்டான், என்னிடத்தில்.
அன்னவற்றின் பொருள்இந்நாள் அறியலானேன்;
அழகியஎன் திருநாட்டை அவன்ப றிக்கத்

திட்டமிட்டான்! மணவாளா உன்றன் ஆணை!
திருநாட்டின் மீதாணை! இந்நாட் டின்கண்
மட்டற்ற மகிழ்ச்சியுடன் வாழு கின்ற
மக்கள்மேல் எனக்குள்ள அன்பின் ஆணை!
விட்டேனா அன்னவனை! அண்ணன் அல்லன்!
விரைவினிலே போர்க்களத்தை அடைவேன்; எந்த
வட்டத்தில் அவனுண்டோ அங்கன் னோனை
மாய்த்திடுவேன் அல்லதுநான் அவனால் மாய்வேன்!

என்அண்ணன் இந்நாட்டில் நுழைவ தாயின்
என்உயிரில் நுழைந்ததன்பின் நுழைக! நானோ
அன்னவனின் உயிர்குடித்த பின்ன ரேஇவ்
அரண்மனையில் அகத்தூய்மை நிரம்பப் பெற்றே
என்கால்வைப் பேன்உறுதி" என்றாள். ஓடி

எதிரில்உறு படைவீடு சென்று மீண்டே
என்அண்ணன் எங்குள்ளான் அங்கே செல்க
என்றாள்; தேர் ஏறினாள் எரியும் கண்ணாள்!

துணையாக ஒருபடையும் அவளின் தேரைத்
தொடர்ந்ததுதன் நிழல்போலே! கதிரை வேலன்
தணல்சிந்தும் விழியாலே நாற்பு றத்தும்
தமிழ்மறவர் தமைஏவித் தெற்குக் கோட்டை
மணிவாயில் தனையடைந்தான் சிங்கத் தைப்போல்!
மன்னவன்தான் பெற்றெடுத்த அன்னம் என்பாள்,
அணிமலர்ச்சோ லைவிட்டே அரண்ம னைக்குள்
அடிவைத்தாள்; நொடிப்போதில் நிலமை கண்டாள்.

இயல் 4

கதிரைவேல் மன்னன் மகள் அன்னம் திகைத்தாள்.

கோட்டைவா யிற்புறத்தே வாள்அ திர்ப்பும்
குதிரைகளின் குளம்படியின் ஒலியும், யானைக்
கூட்டத்தின் மோதுதலும், தேர்அ திர்ப்பும்,
கொலையுண்ணும் மறவர்விழும் ஒலியும், நன்கு
கேட்டிருந்தாள் இளமங்கை வள்ளைக் காதில்.
கிளியுதடு கனல்சிந்தும், துடிக்கும்; அஞ்சும்!
வாட்போரை விரும்பும்அவள் தமிழ நெஞ்சம்
வகையறியா அவள்இளமை மறுத்து நிற்கும்.

என்ஆத்தா என்செய்வேன் என்றாள் மங்கை!
எதிர்நின்ற அக்கிழவி இயம்பு கின்றாள்:
“உன்மாமன் படைகூட்டி வந்தான் பெண்ணே
உன்பெற்றோர் வாள்தூக்கி ஓடி யுள்ளார்.
இந்நிலையில் இறக்கைமுளைக் காத அன்னம்
ஏன்பறக்க நினைக்கின்றாய்? முடிவு காண்போம்!
கன்னலின்சா றேஇங்கு வந்த மர்வாய்!
கைப்புறத்தில் வா” என்று சென்ற ணைத்தாள்.

இயல் 5

கடும்போர்

வடக்கிருந்த வாயிலிலே கதிரை வேலன்
வந்தெதிர்த்த பெரும்படைமேற் படையை ஏவி
அடுத்துநின்ற வேழமன்னன் வாள்வீச் சுக்கள்
அத்தனைக்கும் விடைகூறித் தன்வீச் சுக்கும்
கொடுத்தவிடை பெற்றபடி இருந்தான்! சாவு
கொற்றவர்கள் இருவர்பால் மாறி மாறி
நொடிக்குநொடி நெருங்கிற்று! வெற்றி மங்கை
நூறுமுறை ஏமாந்தாள் ஆளைத் தேடி!

கனல்நிகர்த்த வேழவனின் பெரும்ப டைமேல்
கதிரைவேல் மன்னவனின் மறவர் சில்லோர்
சினங்கொண்டு பாய்ந்தார்கள். வேழ நாட்டுத்
திறல்மறவர் நூற்றுவர்க்குக் கதிர்நாட் டார்கள்
தனியொருவன் விழுக்காடு தோள்கொ டுத்துத்
தனித்துநின்றார் கோட்டைக்குள் பகைபு காமல்!
பனைமரங்கள் இடிவீழக் கிழிந்து வீழும்
பான்மைபோல் இருதிறத்தும் மறவர் வீழ்ந்தார்.

என்செய்வார் கதிர்நாட்டார்? வேழ வர்க்கோ
இரும்படைகள் அணைகடந்த வெள்ளத் தைப்போல்
பின்னுதவி செய்தனமேல் வந்து வந்து!
கதிர்நாட்டார் பெருந்தோளும் கூர்மை வாளும்
முன்னிலும்பன் மடங்குவிரைந் தனஎன் றாலும்
முனை நடுங்கப் போராடும் கதிரை வேலன்,
இந்நிலைமை தனையுணர்ந்து வேழன் தன்னைத்
தனிப்படுத்த எண்ணினான்; இறங்கி னான்கீழ்.

ஏறிவந்தான் வேழத்தான். கோட்டைக் குள்ளே
இருவேந்தர் தனியிடத்தில் போர்புரிந்தார்!
சீறினஅங் கிருவாள்கள்; மோத லாலே
செம்பொறிகள் எழுந்தனமேல்! வெற்றி தோல்வி
கூறிடவும் வழியின்றி வலம்இ டம்போய்க்
குறிப்பொன்றும் தவறாமல் சுழன்று, வாளை
மாறிப்பின் வாங்குங்கால் பலகை தூக்கி
வாட்போருக் கிலக்கியத்தை நல்கும் போதில்,

இயல் 6

கண்ணுக்கினியாள் அண்ணனைத் தேடினாள்.

“அண்ணனெங்கே! அன்பில்லாக் கொடிய னெங்கே
ஆட்சியினை யேவிரும்பி உடன்பிறந்த
பெண்ணாளை வஞ்சிக்க எண்ணி வந்து
பிழைசுமந்த நரிக்கண்ணன் வாள் சுமந்து
கண்ணெதிரில் வாரானோ?” என்று கூறிக்
கடிவாளம் ஒருகையில், பகைவர் பெற்ற
புண்ணினிலே குதித்தெழுந்த வாளோர் கையில்,
புதுமைசெய ஒருகுதிரை மீதி லேறி

பகைப்படையின் உட்புகுந்து தேடிக் கண்ணிற்
பட்டவரின் உடல்சாய்த்தே புறங்கள் எட்டும்,
நகைப்பாலே நெருப்பாக்கிப் புருவம் ஏற்றி
நாற்புறத்து வாயிலையும் சுற்றி வந்தாள்!
மிகப்பெரிய குதிரைமேல் கரிய ஆடை
மேற்போர்த்து முகமூடி அணிந்தே ஓர்ஆள்
புகப்பார்த்தான் வடக்கிருந்த வாயில் நோக்கி!
“போ” என்றாள். பறந்தது தன் குதிரை அங்கே!

இயல் 7

வேழமன்னனோடு போர் புரிந்திருந்த கதிரைவேல் மன்னனைப் பின்னிருந்து கொன்றான் நரிக்கண்ணன்.

போர்செய்து கொண்டிருந்த கதிரை வேலன்
பொத்தெனவீழ்ந் தான்.அவனின் முதுகின் மீதில்
ஓர்ஈட்டி பாய்ந்தது போய்! கருந்தி ரைக்குள்
உடல்மறைத்துக்கொண்டிருந்த நரிக்கண் ணன்! தன்
பேர்மறைக்க எண்ணியே தான் அணிந்த
பெருந்திரையை, முகமூடித் துணியை அங்கு
நேர்நின்ற தன்ஆளை அணியச் செய்து
நெடிதுபோய் அரண்மனையில் நின்றி ருந்தான்.

நின்றிருந்த நரிக்கண்ணன், உடன்பிறந்த
நேரிழையாள் வரும்வழியில் விழியை வைத்தான்;
“அன்றிருந்த என்கருத்தில் பாதி தீர்த்தேன்;

அவள் ஒழிந்தால், முக்காலும் தீரும்; பின்னும்
அன்னத்தைக் கொன்றொழித்தால் முழுதும் தீரும்;
அதன்பிறகன் றோஇந்த நாட்டின் ஆட்சி,
என்றென்றும் என்கையில் நிலைத்து நிற்கும்?"
எனநினைத்தான் தினையேனும் மானம் இல்லான்.

இயல் 8

கண்ணுக்கினியாள் மன்னன் இறந்தது கண்டாள்.

கொலைவாளும் கையுமாய் அரசி வந்தாள்;
கொண்டவனைப் பிணமாகக் கண்டாள். ஆங்கே
நிலைகலங்கி நின்றிட்டாள். "வீழ்ந்த தோநின்
நெடுமேனி! வீழ்ந்ததோ கதிர்நாடிந்நாள்!
இலைநீதான் எனஅறிந்தால்அஞ்சி வாடும்
இந்நாட்டு மக்களை யார் தேற்று வார்கள்?
கலைந்ததுவோ என்காதல் ஓவியந்தான்!"
எனக்கூறிக் கட்டழகன் உடலை அள்ளி

அணைத்திட்டாள்! மலர்க்கையால் கன்னம் உச்சி
அணிமார்பு தடவினாள்! ஈட்டி யாலே
தணல்போலும் புண்பட்ட முதுகு கண்டாள்;
தலைகுனிந்தாள்; அப்பிணத்தை நிலத்திற் போட்டாள்!
இணைபிரியா மானமதும் எம்மை விட்டே
ஏகிற்றோ ஐயகோ! முதுகு காட்டத்
துணிந்ததுவோ தமிழாநின் தமிழ நெஞ்சம்!
தூயநின் மூதாதை, என்மூ தாதை

அனைவருள்ளும் எவரேனும் பகைவன் வாளை
அருமார்பில் முன்தோளில் ஏற்ற தன்றித்
தினையளவும் திரும்பிப்பின் முதுகில் ஏற்ற
சேதியினை இவ்வையம் கேட்ட துண்டோ?
எனக்கூவித் திரும்புங்கால், எதிரில் நின்ற
இளவேழ நாட்டரசன், இரக்க மிஞ்ச
"மனைவிளக்கே! நின்துணைவன் கதிரை வேலன்
வாட்போரை என்னோடு நிகழ்த்துங் காலை

முகமறைத்த ஒருதீயன் எவனோ பின்னே
முடுகிவந்து நடுமுதுகில் எறிந்தான் ஈட்டி!

திகைத்தேன் நான்! சாய்ந்தான்அம் மறவோர் மன்னன்!
திகழிமய மலைபோலும் அவன்கொண் டுள்ள
புகழ்க்கென்ன? உன்குடிக்கு வாய்த்த மானம்
போனதெனப் புலம்பவதும் என்ன? பெண்ணே
அகத்துன்பம் நீங்கியிரு! செல்க உன்றன்
அரண்மனைக்கே” என்றுரைத்தான் சென்றாள் பெண்ணாள்.

இயல் 9

அரண்மனைக்குள் படை புகுந்தது. அன்னத்தை ஆத்தாக்கிழவி காத்தாள்.

வேழவனின் படை வீரர் அரண்ம னைக்குள்
விரிநீர்போய் மடைதோறும் பாய்வ தைப்போல்
சூழலுற்றார் பொன்னிருப்புச் சாலைக் குள்ளும்,
தொகுநெற்க ளஞ்சியத்தும் எவ்வி டத்தும்!
ஏழடுக்கும் படைவீரர் கைப்பற் றுங்கால்
இருந்தஆத் தாக்கிழவி உளம்ப தைத்துக்
கீழைவழி நிலவறையால் அன்னந் தன்னைக்
கிளியேந்தல் போலேந்தி வெளியிற் சென்றாள்.

நிலவறையால் வெளிப்புறத்தில் சென்ற ஆத்தா
நீங்கியபின் கதவுதனைச் சாத்த வில்லை.
சிலர்கண்டார் காணாத கதவு தன்னை!
சிலர்புகுந்தார்; சிலர்உள்ளே செல்ல லானார்.
சிலர்நெடிது சென்றுமே அரண்ம னைக்குள்
திறல்கொண்ட வேழநாட் டுப்ப டைகள்
அலைவதைக்கண் டையோஎன் றுரைத்து மீண்டார்.
ஆயினும்சிற் சிலர்இருந்தார்! நரிக்கண் ணன்தான்

எப்புறத்தும் திரிகின்றான்; ஓர்அ றைக்குள்
எதிர்பார்த்த ஒருபேழை தன்னைக் கண்டான்.
அப்படியே தூக்கினான்; அடுத்தி ருந்த
ஆள்ஒருவ னிடந்தந்தான்; “இதனை என்றன்
குப்பனெனும் தேரோட்டி இடம்சேர்” என்று
கொடுத்தனுப்பித் தான்நினைத்த சூழ்ச்சி தன்னை
அப்போதே தொடங்கினான், பொய்ப்பால் வாழ்வான்.
அரசிக்கு நல்லவனாய்த் தன்னைக் காட்ட

அரசர்தமைக் குடிகள்எலாம் காணு கின்ற
அழகியதோர் கூடத்தில் கீழ்க்கி டந்து
சரசரெனப் புரண்டபடி "எனக்கேன் வாழ்வு?
சாக்காடே வாராயோ? உடன்பி றந்தாள்
அரசியென வாழ்கின்றாள் எனஇ ருந்தேன்.
அத்தீயன் வேழத்தான் கதிர்நா டாளும்
பெருமைகொள் என் மைத்துனனைக் கொலைபு ரிந்து
பிடுங்கினான் நாட்டையும்"என் றழுதி ருந்தான்.

இயல் 10

கண்ணுக்கினியாள் வந்தாள்.
நரிக்கண்ணன் வஞ்சம் பேசினான்.

வாள்தொங்க, வாள்பெற்ற வலக்கை தொங்க,
வல்லியிடை துவள,மேல் நல்ல தோள்கள்
ஆட,எடுத் தூன்றும்அடி இடறக் கண்ணில்
அழகிழந்து குழல்சரிந்து வீழ மங்கை
"நாடிழந்தேன் நலமிழந்தேன் கண்ணில் வைத்து
நாளும்எனைக் காத்துவந்த துணைஇ ழந்து
வாடுகின்றேன்" எனக்கதறி நெஞ்சம் சோர
வந்தாள்அண்ணன்புரளும் கூடந் தன்னில்.

"மைத்துனனை நானிழந்தேன் தங்கை யே! என்
மன்னன்எனைத் தள்ளிவிட்டான் அதுபோ கட்டும்;
செத்தானை இனிக்காண முடிவதுண்டோ?
திருநாட்டை நீஇழந்து, துணை இழந்து,
கைத்தூண்டிற் சிறுமீனாய்க் கலங்கு கின்ற
காட்சியினை நான்காண நேர்ந்த தேயோ!
வைத்திருந்தான் படைத்தலைவ னாக என்னை;
மைத்துனனை இகழ்ந்துரைத்தால் பொறுப்பே னோநான்?

கதிர்நாட்டைப் பிடிப்பதென வேழன் சொன்னான்
கடிந்துரைத்தேன்; மறுநொடியில் அமைச்ச னுக்குப்
புதுத்தலைமை தந்தேபின் படையெ ழுப்பிப்
பொன்னான கதிர்நாட்டின் மேல்வி டுத்தான்.
எதிர்பாராப் படைஎடுப்பை அறியீர் அன்றோ?
இதைக்கூற இங்குவந்தேன்; வருவ தற்குள்

சிதைத்தானே கதிர்நாட்டின் உரிமை தன்னைத்
தீர்த்தானே மைத்துனனை, அன்பு வேந்தை!

உயிர்போன்றாய்! உடன்பிறப்பே! என்றன் ஆவி
உடலைவிட்டுப் போவதுமெய்! வைய கத்தில்
துயர்தாங்க அட்டியில்லை; எனைஇ கழ்ந்து
சொல்லுமோர் சொல்லையும்நான் பொறுப்ப துண்டோ!
முயல்போன்றான் நரிக்கண்ணன் என்றா லுந்தன்,
முத்தான தங்கையவள் வாழ்க்கைப் பட்ட
வயவேந்தன் கதிர்நாட்டான், நரிக்கண் ணற்கு
மைத்துனன்என் றுரைத்தபெரு மைபோ யிற்றே!"

இயல் 11

நரிக்கண்ணன் வஞ்சம் பேசுகையில், இவனிடம் கரிய உடை பெற்ற ஆள் வந்தான். அவள் அவனை எதிர்க்கிறாள். அவன், மன்னனைக் கொன்றவன் இவனே என்று நரிக்கண்ணனைக் காட்டி விடுகிறான். அதற்குள் நரிக்கண்ணன் அரசியைக் கொன்றான்.

எனஉரைத்தான்; துடித்தழுதான். மேலும் பேச்சை
எடுக்கையிலே, கரியஉடை போர்த்த ஓர்ஆள்,
"இனிஎன்ன செய்வ" தென நரியைக் கேட்டே
எதிர்வந்தான். அவள்கண்டாள். வாளைத் தூக்கிப்
"புனையுந்தார் மன்னனின்பின் புறத்தில் ஈட்டி
புகுத்தியவன் நீதானா" என்றாள். "இல்லை
எனக்கிந்தக் கரியஉடை இவரே தந்தார்
ஈயுமுன்னே மன்னவர்மேல் ஈட்டிஎய்தார்."

என்றுரைத்தான்! அதேநொடியில் நரிக்கண்ணன்தான்
இடையினிலே மறைத்திருந்த வாளெ டுத்து
நின்றிருந்த உடன்பிறப்பை, அரசி தன்னை
நிலத்தினிலே விழுமாறு வெட்டிச் சாய்த்தே
"ஒன்றுக்கும் அஞ்சாத என்னை இந்நாள்
உயிர்நடுங்க வைத்தவளை ஒழித்தேன்" என்று
நின்றுபெரு முச்சுவிட்டான்! எங்கே அந்த
நேரிழையாள் அன்னம்என உள்ளே சென்றான்.

இயல் 12

நரிக்கண்ணன் அன்னத்தைத் தேடி உள்ளே செல்ல, அங்கிருந்த ஆள் நடந்ததைத் தன் வேழ நாட்டு மன்னனிடம் சென்று கூறினான். மன்னன் வியப்புறுகின்றான்.

கரியஉடை போர்த்துவந்த காலாள் சென்று
கண்டவற்றை அரசனிடம் நன்று சொன்னான்!
பெருவாளால், தன்கையால் உடன்பி றந்த
பெண்ணாளைக் கொன்றானா? என்று மன்னன்
உருகினான். மக்களிடை மகனாய் வாழ
ஒண்ணாத கொடுவிலங்கை இந்நாள் மட்டும்
தெரியாதேன் வைத்திருந்தேன் அரண்ம னைக்குள்!
தீருவதெந் நாள்இந்தப் பழிதான் என்றான்.

அரசனிது கூறுங்கால் அங்கி ருந்த
அழிவொன்றே தொழிலான மறவர் தாமும்
இரக்கமுற லானார்கள்! நரைத்த தாடி
இளைத்தஉடல், களைத்தவிழிக் கிழவன்," வேந்தே
கரிப்பின்றேல் இனிப்பருமை யாரே காண்பார்?
காயின்றேல் கனியருமை யாரே காண்பார்?
நரிக்கண்ணர் இலைஎனில்நும் அருமை தன்னை
நானிலந்தான், அறிந்திடுமோ நவில்க." என்றான்.

இயல் 13

அன்னத்தைக் காணாது திரியும் நரிக்கண்ணன் எதிரில் தேரோட்டியான குப்பன் வந்தான்.

அன்னத்தை அரண்மனையில் காண வில்லை!
ஆத்தாவைக் காணவில்லை! நரிக்கண் ணன்தான்
என்னத்தைச் செய்வதென ஏங்கி நின்றான்;
எதிரினிலே தேரோட்டும் குப்பன் வந்தான்.
"பொன்னான பேழையினைப் பெற்றா யோ?என்
புகழுக்கும் ஆட்சிக்கும் ஆணி வேரை
உன்னிடத்தில் தந்துள்ளேன்; அதனைக் காப்பாய்
ஒருத்தரிடம் சொல்லாதே!" என்று ரைத்தான்.

“நானறியேன் பேழையினை!” எனறான் குப்பன்.
நடுங்கினான் நரிக்கண்ணன் “ஐயோ ஐயோ
போனதோ? இங்கிருந்த ஆளி டத்தில்
போயிதனைக் குப்பனிடம் கொடுஎன் றேனே,
ஊனமிலா நம்மறவர் போலே அன்றோ
உடையுடுத்து நின்றிருந்தான்; ஏய்த்தான் போலும்.
ஏனிந்தப் பிழைசெய்தேன்? என்வாழ் வுக்கே
இடையூறு சூழ்ந்தேனே!” எனத்து டித்தே.

அன்னத்தின் ஆவியினை அகற்ற வேண்டும்;
ஆவிநிகர் பேழையினை அடைதல் வேண்டும்;
என்னுமொரு கருத்தோடும் அரண்ம னைக்குள்
இட்டிருந்த ஓர்தவிசில் சென்றுட் கார்ந்தான்.
மன்னவனை ஏமாற்றிக் கதிர்நாட் டாட்சி
வாங்குவதில் சிறிதேனும் தொல்லை யில்லை;
அன்னத்தை ஆத்தாவைத் தேட வேண்டும்;
அரும்பேழை வேண்டும்எனப் பெருந்துன் புற்றான்.

இயல் 14

அவன் எதிர் வேழநாட்டு மன்னன் வருகிறான். அவனிடம் தொடங்குகிறான் பொய்மூட்டைகளை நரிக்கண்ணன்.

ஆத்தாவை, அன்னத்தைப் பேழை தன்னை
அடையாளப் படிஎங்கும் படையா ளர்கள்
போய்த்தேட வகைசெய்து கொண்டி ருந்த
பொல்லாத நரியானின் எதிரில், மன்னன்
கோத்தான முத்துலவு மார்பி னோடு
குன்றுநடை கொண்டதுபோல் சென்று நின்றான்!
சாய்த்தானே நரிக்கண்ணன் மன்ன வன்பால்
சரசரெனச் சொற்பெருக்கை, எழுந்து நின்றே.

“நாளும்எனைக் காப்பாற்றி ஆளாக் கிப்பின்
நாற்படைக்கும் தலைவனென ஏற்ப டுத்திக்
கோளும்பொய் சூதுமிலான் எனஉணர்ந்து
கொண்டு,பெருந் தொண்டெல்லாம் எனக்கே தந்து
நீளினும் மன்னனைநான் போரில் வென்ற

நினைவாகப் பரிசீந்த கனியே! உன்றன்
தோளைஇகழ்ந் தாளிவள்;என் வாளால் வெட்டித்
தொடுகழற்குக் காணிக்கை இட்டேன் காண்க.

‘வஞ்சகத்தால் கதிரைவேல் மன்னன் தன்னை
மறவேந்தே நீகொன்றாய்’ என்றுதீய
நெஞ்சத்தால் நினைத்தாளே! ‘நின்தோள், மானம்
நீத்ததோள்’ என்றாளே! ஐயோ! அன்னாள்
கொஞ்சத்தால் மாண்டாளே, நாள டைவில்
கொடுவாளால் சிறிதுசிறி தாய ருத்துக்
கெஞ்சத்தான் வைத்தேனா! உன்பால் அன்பு
கெட்டேனே கெட்டேனே கெட்டேன் ஐயா.

‘உடன்பிறந்தேன்’ என்றுரைத்தாள். ஆமாம் என்றேன்
‘உன்னரசை இந்நொடியில் சூழ்ச்சி யாலே
மடியும்வகை செய்துவிடு; முடியும் உன்னால்!
மன்னவனைப் பழிவாங்கி விட்டே இந்தக்
கடல்நிகர்த்த கதிர்நாட்டை ஆள்’ என் றாள்என்
காதுபெற்ற துன்பத்தை என்ன சொல்வேன்!
கொடியாளின் உடன்பிறந்த பழியுந் தாளேன்
கொடைமன்னா அருள்புரிக தருக வாளை.

நல்லாரின்பெருநிலையும் இந்த வையம்!
நான்தீயா ளொடுபிறந்த தாலே தீயன்!
எல்லாரும் போலேநான் இன்னும் இங்கே
இருக்கின்றேன் சாகாமல்! ஒன்று மட்டும்
சொல்லுவேன் நானண்டி வாழ்ந்தி ருந்த
தூயோய்நின் புகழுக்கும் அறத்தி னுக்கும்
முல்லைமுனை அளவென்னால் பழிநேராமல்
முழுதுண்மை யாய்நடந்தேன் இதன்பொருட்டு

நான்செத்த பின்அடையும் வானாட் டின்கண்
நானூறு சிற்றூர்கொள் ஒருபேரூரும்
தேனூறும் சோலைசூழ் அப்பே ரூரில்
செப்பரிய அரண்மனையும் அரண்ம னைக்குள்
பால்நேரில் காய்ச்சி, அதில் சீனி இட்டுப்
பத்துவகைச் சிற்றுணவும் ஒத்த பெண்ணும்

ஊனின்பம் நுகர்கின்ற அறைஇ ருந்தால்
ஒருத்தருக்கும் இல்லைஅது எனக்கே” என்றான்.

இயல் 15

நரிக்கண்ணன் பேச்சை நம்பிவிட்ட வேழ மன்னன் நரிக் கண்ணனுக்கு இரங்கினான். இந்த நாடு உன்னுடையமுன்னோருடையது என்பதற்குப் பட்டயம் உண்டா என்றான்.

அரசனுரைத் திடுகின்றான் “அப்ப னேஉன்
அன்பினையும் பண்பினையும் அறியார் யாவர்?
ஒருகுலையில் ஒருகாயில் தீமை காணில்
உயர்காய்கள் அத்தனையும் வெறுப்ப துண்டோ?
அரசியவள் தீயவள்தான்; உடன்பி றந்த
அறம்பிழையா மறவன்நீ! அழுதல் வேண்டாம்.
நரிக்கண்ணா பழநாளில் இதுஉன் பாட்டன்
நாடென்றாய்! அதற்குள்ள சான்று முண்டோ?

அதுவிருந்தால் காட்டுகநீ! இந்த நாட்டின்
ஆட்சியினை உனக்களித்து விடுவேன்” என்றான்.
“பதிவிருந்தால் ஏனுனைநான் நத்த வேண்டும்?
பாட்டனுக்குப் பாட்டனாம் பறைக்கண் ணற்குக்
குதிரைதிரை கொண்டநெடு முடியான் என்னும்
கொடுநாட்டு மன்னன்அளித் தான்இந் நாட்டைப்
பதினா யிரம்பேரை வென்ற தாலே
பரிசாகத் தந்ததன்றி வேறொன் றில்லை!

அந்நாளில் மன்னவனால் கொடுக்கப் பெற்ற
அருஞ்செப்புப் பட்டயத்தைக் கதிரை வேலன்
முன்னோனாம் முத்தப்பன் மறைத்த தோடு
மூன்றாநாள் தூங்கையிலே கொலையும் செய்தான்!
தன்னிடத்தில் படையிருந்த தாலே அன்றோ
சழக்கனவன் குடிகளிடம் தப்பி வாழ்ந்தான்?
என்னையுமிக் கதிர்நாட்டான் விட்ட தில்லை;
இங்கிரா தேஎன்றான் அங்கு வந்தேன்.

இந்நாட்டை நானாள வேண்டு மென்ற
எண்ணமே எனக்கில்லை; என்றன் தந்தை
அந்நாளில் சாகுங்கால் எனைஅ ழைத்தே
அங்கையினைத் தன்மார்பில் அழுத்தி, 'அப்பா
உன்னைநான் ஓருறுதி கேட்கின் றேன்நீ
ஒப்பிடுக, உன்னாளில் வேழ நாட்டின்
மன்னவரின் அருள்பெற்றுக் கதிர்நாட் டுக்கு
மன்னவனாய் இரு! நமது மானங் காப்பாய்.'

எனக்கூறி உயிர்நீத்தான்; அதனா லன்றோ
எழில்வேழ நாட்டினில்நான் அடைந்தி ருக்கும்
தனிப்பெருமை, தனிமகிழ்ச்சி இவற்றை யெல்லாம்
தவிர்ப்பதற்கும் துணிகின்றேன்; ஐய னேநீ
எனைத்தமிழில் 'படைத்தலைவா' என்ற ழைக்கும்
இன்பத்துக் கீடாக இந்த வையம்
தனைத்தரினும் ஒப்பேனே! ஒருசொல் சொல்க;
'தாளடைந்த நரிக்கண்ணன் ஆள்க' என்றே!

வணங்குகின்றேன் எனக்கூறி வணங்கி நிற்க
மன்னவனும் மனமிரங்கி "அஞ்சேல்! அஞ்சேல்!
இணங்ககின்றேன். நீ ஆள்க" எனஉ ரைத்தான்
"இன்றைக்கே முடிசூட்டிக் கொள்க" என்றான்!
பிணங்குவித்தும் மைத்துனனை உடன் பிறப்பைப்
பெருவஞ்ச கத்தாலே சாகச் செய்தும்
அணியுமொரு மணிமுடிக்கே நரிக்கண் ணன்தான்
அன்பில்லாத் தன்னுளத்தால் மகிழ்ந்து நின்றான்.

இயல் 16

வீரப்பன் என்னும் திருடர் தலைவன் தோழர்களிடம் தன் வரலாறு கூறுகிறான்.

கதிர்நாடு சார்ந்திருக்கும் தென்ம லைமேல்
கருநொச்சிக் காட்டினிலோர் பாறை மீதில்
மிதியடிக்கால் மீதிலோர் காலைப் போட்டு
வீரப்பன் எனும்திருடர் தலைவன் குந்தி
எதிர்நிற்கும் தோழர்கள்பால் இதனைச் சொன்னான்:
எல்லோரும் கேட்டிருந்தார் கைகள் கட்டி!

“முதுமையினை அடைந்துவிட்டேன். வாழ்நாள் எல்லாம்
முட்டின்றிக் கழித்துவந்தேன். ஆனால் கேளீர்

ஒருபிள்ளை கொடிவேங்கை போல்வான்; கண்போல்
ஒருமனைவி! இருவரையும் பிரிந்தேன். ஆண்டும்
இருபதுஆ யினஎன்றன் தீயொ ழுக்கம்
என்மனைவி யாம்ஆத்தா வெறுத்தாள்! நீயோ
திருடுவதைவிடவேண்டும்!அன்றி என்னைத்
தீண்டுவதை விடவேண்டும்!என்றாள்; என்பால்
வரவேண்டாம் இவ்விடத்தில் என்றாள்; என்றன்
மகனைநான் நல்வழியில் வளர்ப்பேன் என்றாள்.

ஒருவனிடம் ஏற்பட்ட தீயொ ழுக்கம்
உடன்வளர்ந்தே, பின்னதுதான் நீக்க ஒண்ணாப்
பெருநோயாய் மாறுவது மெய்யே; நானும்
பெண்டாட்டி பிள்ளைகளை விட்ட தன்றி
ஒருநாளும் தீத்தொழிலை விடுவ தென்றே
உள்ளத்தால் நினைத்ததுவும் இல்லை! ஐயோ
அருமையுறு பெண்டுபிள்ளை நினைவே யாக
அகன்றநாள் ஒவ்வொன்றும் துன்ப நாளே.

நானும்என் மனையாளும் வாழ்ந்தி ருந்த
நல்லூரை அவள்அகன்றாள்; புல்லூர் ஏகித்
தானங்குக் கைப்பாடு பட்டாள்; சின்னத்
தனிக்குடிசை ஒன்றினையும் கட்டிக் கொண்டாள்;
தேனடையும் ஈயும்போல் மகனும் தானும்
வறுமையிலும் செம்மையினைக் காண்பா ராகிச்
சீனி எனும் கணக்காயர் இடத்தில் அன்பின்
சிறுவனையும் படிக்கவிட்டாள். சிலநாள் செல்ல

கணக்காயர் முயற்சியினால் அரண்ம னைக்குள்
கால்வைத்தாள்; பணிச்சியாய் இருந்தாள்; பின்னர்த்
துணையானாள் கதிர்நாட்டின் அரசி யார்க்கே!
தூயதன் மகன்இன்னும் கணக்கா யர்பால்
இணக்கமுறக் கலைபலவும் பயில்கின்றான். நான்
இவையனைத்தும் அறிந்துள்ளேன்; எனினும் அங்கே
அணுகினேன் இல்லை. எனை அவள்கண் டாலும்
அகம்வெறுத்துத் தலைகுனிந்து மறைந்து போவாள்.

‘அப்பையன் வேலனுக்கு நான்தான் தந்தை
ஆத்தாதான் என்மனைவி’ என்ற உண்மை
இப்பெரிய நாட்டினிலே இந்த நாளில்
யானறிவேன்; அவளறிவாள்; அறியார் மற்றோர்!
செப்பினேன் இன்றுதான் உம்மி டத்தில்!
செப்பாதீர் யாரிடத்தும்! இன்று நானோ
எப்பாடும் படவில்லை; காலாள் போலே
எதிர்நின்றேன் நரிக்கண்ணன் பேழை தந்தான்.

இடுகாட்டில் நரிக்கூட்டம் உலாவல் போலே
எவ்விடத்தும் அரண்மனையில் வேழ நாட்டின்
படைவீரர் உலாவினார்! எலிகள் ஓடிப்
பண்டங்கள் உருட்டுதல்போல் பொருளை யெல்லாம்
தடதடென உருட்டினார். அவர வர்கள்
சலிப்பின்றிக் கவர்ந்தார்கள் கலைப்பொ ருள்கள்!
இடையிடையே நரிக்கண்ணன் செல்வான், மீள்வான்;
எதையோதான் மிகக்கருத்தாய்த் தேட லானான்.

இயல் 17

வீரப்பன் அன்று நரிக்கண்ணன் தந்த பாண்டியன் பரிசு என்னும் பேழையைத் திருடர்களிடம் காட்டினான்.

ஓர்அறையில் பேழையினை அரிதிற் கண்டான்
உண்டான மகிழ்ச்சிக்கோர் அளவே இல்லை.
யாருக்கும் தெரியாமல், அதைத்தே ரோட்டி
இடம்சேர்க்க எண்ணினான். அங்கு நான்தான்
நேரினிலே நின்றிருந்தேன். தன்ஆள் என்றே
நினைத்திட்டான்! ‘தேரோட்டி இடம்சேர்’ என்றான்;
பாராட்டினேன் அவனை! எடுத்து வந்தேன்
பாருங்கள்!” எனப்பேழை தனைக்காட் டிட்டான்.

சிரித்திட்ட திருடர்களில் ஒருவன் சொல்வான்:
“திருடர்களைக் குறைவாகச் சொல்வார் மக்கள்;
இருக்கின்ற பேழையினைத் தேடித் தூக்கி
‘எடுத்துப்போ’ என்றானே அவனை யாரும்
ஒருபேச்சும் பேசார்கள்; சும்மா நின்ற
உம்மைஅவன் திருடனென்று சொன்னா னன்றோ?

பொருளாளி திருடர்களை விளைவிக் கின்றான்
பொதுவுடைமை யோன்திருட்டைக் களைவிக் கின்றான்"

என்றுரைத்தான். மற்றொருவன் இயம்பு கின்றான்
"என்னெண்ணம் அதுவல்ல; வேண்டு மென்றே
பொன்னையோ காசினையோ நாமெ டுத்துப்
போம்படிசெய் கின்றார்கள். அதன்பின் நம்மை
வன்சிறையில் அடைப்பார்கள். திருட ரென்று
மக்களிடம் சொல்வார்கள். இவைஏன் என்றால்
மன்னர்,பழம் புலவர், வணி கர்கட் கெல்லாம்
வரும்பெயரை நமக்காக்கும் முயற்சி" என்றான்.

வீரப்பன் கூறுகின்றான் "என்தோ ழர்காள்!
வேலனுக்கு நானளித்த தொன்று மில்லை.!
ஆர்அப்பன் என்பதையும் அறியான் வேலன்!
ஆத்தாவும் அதைக்கூற விரும்ப வில்லை;
நேரிற்போய் இருவரையும் காணு தற்கும்
நெஞ்சமோ ஆவலடை கின்ற துண்டு.
சீரில்லை என்னுடம்பின் நிலையில்; என்ன
செய்வதென எண்ணுகின்றேன். பேழை தன்னை

நான்திறந்து பார்த்ததிலே விலையு யர்ந்த
நகைஆடை, அழகியவாள் முடிஇ வைகள்,
வான்திறந்த உடுக்கள்போல் கதிர்போல் கண்டேன்!
மன்னர்தரும் பட்டையமும் ஒன்று கண்டேன்!
ஈன்றானின் சொத்தாக அதனை என்றன்
எழில்மகனுக் குச்சேர்க்க இங்கு யார்க்கும்
தோன்றாத இடத்தினிலே புதைப்பேன். பின்பு
சொல்லுவேன் இருக்குமிடம்" என்று சொன்னான்.

"ஆண்டவரே, நும்மனைவி எங்க ளன்னை
அடியேங்கள் உடன்பிறந்த வேலன் ஆன
ஈண்டுள்ள இருவரையும் அறியோம் யாமும்!
இன்பமுறும் மனைவியார் உமைவி லக்கிப்
பூண்டுள்ள உறுதியோ பெரிது! தாங்கள்
போகாமல் இருந்ததுவும் புதுமை ஆகும்!
ஊன்தளர்ந்தீர், உடல்தளர்ந்தீர், இனியும் செல்ல
ஒப்பீரோ" என்றுரைத்தார் நட்புக் கொண்டோர்.

“நீங்களெலாம் இங்கிருப்பீர், பேழை தன்னை
நிலையாக ஓரிடத்தில் மறைத்து வைத்துத்
தாங்காத ஆவலினைத் தணிப்ப தற்குத்
தனியாகப் புல்லூர்போய் வருவேன்” என்று
வாங்கியதோர் வில்லைப்போல் வளைந்த மேனி
வானுயர்ந்த குன்றுபோல் நிமிர்ந்து நின்றான்.
ஓங்கியதோள் மீதினிலே பேழை தன்னை
உம்மென்று தூக்கினான்; உடன்ந டந்தான்!

இயல் 18

வேலன் முதலியவர்க்குச் சீனி என்னும் கணக்காயர் நாட்டின் உண்மை செப்பினார்.

சீனியெனும் கணக்காயர் வீற்றி ருந்தார்
சேணுயர்ந்த ஆலடியில்! எதிரில் சிங்கம்
போனிமிர்ந்த பார்வையினான் வேலன், மற்றும்
புலியிளைஞர் அமர்ந்திருந்தார்! கணக்கா யர்தாம்
தேனிகர்த்த தமிழாலே புதிய செய்தி
செப்பினார்: “இளைஞர்களே! அன்புள் ளாரே!
ஏனிந்த நாட்டின்மேல் வேழ நாட்டான்
எழுப்பினான் தன்படையை? அதுவு மின்றி

பெருமைமிகு கதிரைவேல் மன்னன் மீது
பின்னிருந்தே எவன்ஈட்டி தன்னை எய்தான்?
அரசியினைக் கொன்றவன்யார்? அரசர் பெற்ற
அன்னத்தைக் கொலைசெய்ய நினைப்போன் யாவன்?
திருநிறைந்த கதிர்நாட்டின் அரச னென்று
திகழுமுடி தனைச்சூட இந்த நேரம்
அரண்மனையின் நடுவினிலே வேழ நாட்டின்
அரசனெதிர் நின்றிருப்போன் எவன்கண் டீரோ?

கதிர்நாட்டின் மேலந்த வேழ நாட்டான்
கடும்பகைகொள் ளச்செய்தோன் நரிக்கண் ணன்தான்!
முதுகினிலே பின்னின்று ஈட்டி எய்தோன்,
மொய்குழலைக் கொலைசெய்தோன், அன்னந் தன்னை
எதிர்ப்பட்டால் கொலைசெய்ய இருப்போன் அன்னோன்
இப்போது மணிமுடியும் பெறப்போ கின்றான்.

மதியுடையாய் வேலனே, உன்அன் னைக்கும்
மாக்கொடுமை நரிக்கண்ணன் ஆக்கக் கூடும்.

இயல் 19

வேலா உன்அன்னை ஆத்தாக்கிழவியைக் காப்பாற்ற நீ உடனே போ என்றார் கணக்காயர்.

உன்அன்னை ஆத்தாவைக் காப்பதற்கோ
உடனேபோ! இந்தாவாள்! குதிரை தந்தேன்!
என்கலைகள் உன்னுயிரைக் காக்க! நாட்டின்
இகழ்ச்சியினைப் போக்குக! நீ புகழ்ச்சி கொள்க!
பின்உனக்கு வேண்டுமெனில் இங்கி ருக்கும்
பிறதோழர் துணைபுரிவார்; விடைபெற் றுக்கொள்"
என்றுரைத்தார். வாள்எடுத்துக் குதிரை ஏறி
எதிர்வணங்கிப் புல்லூரே அதிரச் சென்றான்.

ஐயாவே வேலனுக்குத் துணையாய்ச் செல்ல
ஐந்தாறு குதிரைகளை எமக்கிப் போதே
கையாலே இவைஎன்று காட்டி விட்டால்
கண்ணாலே பார்த்திடுவோம்; அவன ழைத்தால்
நெய்யாலே முண்டெழுந்த நெருப்பைப் போலே
நெஞ்சாலே கொள்கின்ற விசையி னோடு
வையாலே ஆனதொரு பகைமேற் செல்வோம்
வாளாலே தங்கள்புகழ் வளர்ப்போம்" என்றே

இருகைகூப் பிச்சொன்னான் ஒருசேய். அங்கே
இருக்கைவிட் டெழுந்தொருசேய் அறிக்கை செய்வான்:
"வருகைக்குக் காத்திருப்பான் ஐயா; வேலன்
வாழ்க்கைக்கும் உதவாது தாழ்க்கை செய்தால்!
பருகைக்கு நஞ்சளித்த பழிக்கை ஏற்பேன்;
பதைக்கையிலே தடுப்பீரோ? இதைக்கை விட்டால்
அருள்கைக்கு நாளெதுதான்? என்மேல் வேலன்
அன்புகைக்கும்; அவன்பகைக்கும் கைவ லுக்கும்.

போமாறு தலையசைப்பீர்!" என்று சொன்னான்.
புதுமாறு தலைவேண்டும் ஒருவன் நின்றே,
"ஆமாறு நாமுணர்ந்தோம். வேலன் அங்கே

அழுமாறு தலையிடா திருந்து விட்டால்
ஏமாறு தலையடைந்த இந்த நாட்டின்
எழில்மாறும்! நிலைமாறும்! ஆட்சி மாறும்!
நாம்ஆறு தலையடைய நரியின் நோக்கம்
நகுமாறு தலையிடுவோம், நவில்க!" என்றான்.

"பொறுத்திருப்பார் வாழ்ந்திருப்பார்! இந்த நாட்டில்
புகுந்திருப்பார், இங்கிருப்பார் தம்மை யெல்லாம்
நிறுத்திருப்பார்; இலேசென்று நினைத்தி ருப்போர்
நிகழ்வதைக்கண் திருப்பாது பார்த்தி ருப்பார்!
குறித்திருப்பார் ஆத்தாவைத் தீயோள் என்று
குளிர்ந்திருப்பார் அவளிறந்தால்! செம்மல் வேலன்
மறந்திருப்பார் வைகாணா திருப்பார்; காண்பார்
மறைந்திருப்பார், கையிருப்பார் அறிவார்!" என்றான்.

இயல் 20

புல்லூர்ச் சிறுகுடிசையில் ஆத்தாவும் அன்னமும்.

புல்லூரிற் சிறுகுடிசை தனில்இ ரண்டு
புண்பட்ட நெஞ்சங்கள் ஒன்றை யொன்று
நல்லுரையில் தேற்றியிருந் தன.அ வற்றில்
நரைபட்ட ஆத்தாளின் நெஞ்ச மொன்று!
வல்லூறு குறிவைத்த புறாப்போல் வாழும்
மலர்க்கொடியாள் அன்னத்தின் உள்ள மொன்று!
சொல்லிஅழு தாள்ஆத்தா; ஆற்றாள் கண்ணீர்
சொரிந்தழுகின் றாளின்னும் பெண்ணை நோக்கி.

"அன்னத்தின் கண்ணி னிக்கும் மகனைத் தேடி
ஆவணியில் மணமுடித்துத் தைப்பி றப்பில்
மன்னியசிங் கஞ்சுமந்த தவிசில் ஏற்றிக்
கதிர்நாட்டின் மணிமுடியை அவளுக் காக்கி
என்கண்ணால் பார்த்துள்ளம் மகிழ்வே னென்ற
எழில்மன்னன் மொழிஎண்ணிஅழுவே னாநான்?
அன்னவனின் திருத்தோளும் அகன்ற மார்பும்
அழிவுற்ற தைஎண்ணி அழுவே னாநான்?

அருமைமகள் தனக்கேற்ற அன்ப னோடும்
ஆணிப்பொன் கட்டில்எனும் சேற்றி னுள்ளே

எருமைஎனக் கிடந்தின்பம் நுகரு கின்ற
எழில்நாளை நான்காணப் பெறேனோ என்ற
பெருமாட்டி மொழிஎண்ணி அழுவே னாநான்?
பிள்ளைக்கு நஞ்சூட்டும் தாய்போல் அந்த
நரிக்கண்ணன் வஞ்சித்துக் கொன்ற போது
நாளற்றுப் போனதெண்ணி அழுவே னாநான்?

எதிரெதிரே இருதழற்பந் துகள் சுழன்றே
இருப்பதுபோல் கதிர்நாட்டான் வேழ நாட்டான்
அதிர்கின்ற மெய்ப்பாடும் சுழற்றும் வாளும்
கட்புலனுக் கப்பாலாய் விசைகொள் ளுங்கால்
முதியஓர் காலாள்போல் தாடி மீசை
முடித்துநான் அங்கிருந்தேன்; நரிக்கண் ணன்தான்
பதுங்குகறுப் புடைபூண்டு வேந்தை மாய்த்தான்
பதைத்தேனே அதைஎண்ணி அழுவே னாநான்?

நானிருந்தேன் காலாட்கள் பலரி ருந்தார்
நடுவினிலே வேழநாட் டரசன் நின்றான்.
மேனிமிர்ந்த கரியஉடைக் காலாள் வந்து
மெல்லிதனை நரிக்கண்ணன் வெட்டிச் சாய்த்த
ஊன்நடுங்கும் செய்தியினைச் சொன்னான். மன்னன்
உளம்நடுங்க மற்றவர்கள் உடல்ந டுங்க
நானிருந்து மன்னவனைத் தேற்றுங் கால்என்
நல்லுயிர் ஒடுங்கியதற் கழுவே னாநான்?

பழநாள்பாண் டியன்உன்றன் மூதா தைக்குப்
பரிசளித்தான் இந்நாட்டை! அதைக்கு றிக்கும்
முழுநீளப் பட்டயமும் உடைபூண் வாளும்
மூடியஅப் பேழையும்போ யிற்றே அந்தோ!
இழந்ததனால் பேழையினை, அழகு மிக்க
இந்நாடு நின்உரிமை என்ற உண்மை
ஒழிந்திடுமே! அதைஎண்ணி அழுவே னோநான்?"
இவ்வண்ணம் உரைத்தழுது கொண்டி ருந்தாள்.

இயல் 21

கிழவி, இவ்வாறு நடந்தவை கூறி நையும்போது, வீரப்பன் அக்குடிசை நோக்கி வந்தவன் இவைகளை ஒளிந்து கேட்டிருந்தான்; உண்மை உணர்ந்தான்.

வெளியினிலே பேழையொடு நின்றி ருந்த
வீரப்பன் இவற்றையெல்லாம் கேட்டி ருந்தான்.
களிகொண்டான்! தன்முதுகில் உள்ள பேழை
கதிர்நாடு கவின்அன்னம் உடைமை என்று
வெளிப்படுத்தத் தக்கதோர் பேழை என்று
விளங்கிற்று. தன்மனைவி ஆத்தா, அங்குக்
கிளிமொழியாள் அன்னத்தைக் காப்ப தற்கும்
கேடுதனை நீக்கற்கும் முயலு கின்ற

நிலையாவும் விளங்கிற்று! வீரப் பன்தான்
நீள்பேழை தனைஆத்தா விடம்இப் போதே
குலையாமல் தந்திடவும் நினைத்தான். நாட்டின்
கொந்தளிப்பில் பேழையினை அவள்காப் பாற்றும்
வலிஏது? பொறுத்திருப்பேன் எனமு டித்து
மற்றும்அவர் பேசுவதைக் கேட்டி ருந்தான்.
தலைமீது கைவைத்துத் "தாயே! அப்பா!
தனிவிட்டுச் சென்றீரோ இனிவாழ் வேனோ?

இயல் 22

அன்னத்தின் துன்பம்.

ஐயகோ என்ஆத்தா! வைய கத்தில்
அன்னைமடிந் தாளென்று சொன்ன சொல்லைத்
தையலென துளம்பொறுத்த துண்டு;பின்பு
தந்தையிறந் ததுபொறுத்த துண்டு; மேலும்
துய்யகதிர் நாட்டுரிமை பேழை யோடு
தொலைந்ததையும் பொறுத்ததுண்டு; பொறாத தீமை
செய்துவந்தான் என்மாமன் எனறால் இந்தச்
சிறியஉளம் பெருந்துயரைப் பொறுப்ப துண்டோ?

உடன்பிறந்தா ளைவெட்டி, அன்னோள் ஆவி
ஒப்பானி ன் உடல்சாய்த்தே இப்பால் என்னைத்

தொடர்ந்தழிக்க எண்ணினவன் மாமன் என்றால்,
சுரந்தபால் இருந்தருந்திப் பரந்து லாவும்
நெடும்பன்றிக் குட்டிகள்போல் மக்கள் யாரும்
நிறையன்பால் உடன்பிறந்தார் என்று ணர்த்தக்
கிடந்துதவம் புரிகின்ற உலகில் இந்நாள்
கேடிழைக்கும் உறவெனும்சொல் கேட்ப தேயோ?

ஒப்புரைக்க முடியாத அன்னை என்னை
ஒருக்கணித்து மார்பணைத்து மேனி யெல்லாம்
கைப்புறத்தில் ஆம்படிக்குத் தழுவி என்றன்
கண்மறைக்கும் சுரிகுழலை மேலொ துக்கி
மைப்புருவ விழிமீது விழிய மைத்து
மலர்வாயால் குளிர்தமிழால் கண்ணே என்று
செப்பிமுத்த மிட்டாளே! அன்புள் ளாளின்
செந்தாமரை முகத்தை மறப்பே னோநான்?

இம்மாநி லம்புகழும் தந்தை, முந்தை
ஈட்டிவைத்த மாணிக்கம் கூட்டி அள்ளிக்
கைம்மாரி யாய்ப்பொழிந்து கணக்கா யர்பால்
கலையருள வேண்டித்தன் தலைவ ணங்கி
அம்மாஎ னக்கூவிக் கைம்மே லேந்தி
அருகமர்ந்து பருகஎன்று பாலும் தந்தே
'அ'ம்முதல் எழுத்தளித்தான்; அறிவோ அன்னோன்
அன்பான திருமுகத்தை எண்ணி வாடும்.

ஊராளும் தலைவனின்குற் றேவல் செய்வோன்
ஓட்டுவிக்கும் சிற்றாளின் கீழ்க்கி டக்கும்
ஓர்ஆளின்மகள் தன்னை உவந்து பெற்றோர்
உயிர்துறந்தால் உளந்துடிப்பாள் என்றால், இந்தப்
பாராளப் பெற்றாரை என்பெற் றோரைப்
பறிகொடுத்த என்னுயிரோ உடலில் நிற்கும்?
யாருமில்லை யான்பெற்ற பேறு பெற்றோர்;
இற்றைக்கோ என்போலக் கெட்டா ரில்லை."

இயல் 23

பதிவிருந்து கேட்டிருந்த வீரப்பன் போய் விட்டான். நரிக்கண்ணனுக்கு முடி சூட்டுவதை முரசறைகிறான் ஒருவன்!

எனத்துடித்தாள். வீரப்பன் எடுத்தான் ஓட்டம்!
இங்கிருந்தால் அன்னத்தைத் தேடு வோரின்
சினத்தீயில் வெந்திடுதல் அன்றி, பேழை
சிறியநரிக் கண்ணனிடம் சேரு மென்று
நினைத்தானாய், யாருமிலா இடம்பு குந்தான்.
நீங்கியபின் முரசறைவோன்," நரிக்கண் ணர்தாம்
இனிக்கதிர்நாட் டுக்கரசாய் முடிபூண் கின்றார்
இந்நாள்" என் றான்.இதனை இருவர் கேட்டார்.

அடிவைத்தான் கதிர்நாட்டில்! நெஞ்சில் வைத்தான்
அழிவைத்தான்! விழிவைத்தான் உரிமை வேரில்!
குடிவைத்தான் ஒடிவைத்தான் நாட்டில்! எங்கும்
கொலை வைத்தான்! குறைவைத்தான் எண்ணா னாகி
வெடிவைத்தான் அறம்வளர்த்த இவ்வீட் டுக்கும்!
மின்னொளியே, தன்தலையில் உன்ன தான
'முடி'வைத்தான்; முழக்குகின்றான்; அன்னோன் வாழ்வின்
முடிவைத்தான் முழக்குகின்றான் முரச றைந்தே!

இந்நேரம் நரிக்கண்ணன் நன்னீ ராடி,
எழிலுடையும் இழைபலவும் பூண்டு, வேழ
மன்னவனை எதிர்பார்த்துப் பொன்னில் மின்னும்
மணிமுடியை அணிவதற்குக் காத்தி ருப்பான்!
இந்நேரம், தான் இருக்கும் இடத்தி னின்றே
எழிலரண்ம னைநோக்கித் தேரி லேறிப்
பின்எவரும் சூழ்ந்துவர வருவான் வேழன்!
பேரவையில், மகிழ்ச்சிகொள எவர்இ ருப்பார்?

இயல் 24

முரசறைதல் கேட்ட ஆத்தா அவனைத் தூற்றுங்கால், எதிரிகள் குடிசையைச் சூழ்ந்தார்கள்; அதேநேரத்தில் வேலனும் பகைவரை எதிர்த்தான்.

என்றுரைத்தே ஆத்தாதன் எரிவை இல்லாம்
எடுத்துரைக்கும் நேரத்தில், குடிசை நோக்கி

‘அன்னம்அதில் தான்இருப்பாள், ஆத்தா என்னும்
அக்கிழவி யுடனிருப்பாள்’ என்று கூவி
முன்வந்தார் சிலபகைவர் குடிசை நோக்கி!
முழங்கிற்றுக் குதிரைகளின் அடிஓ சைதான்.
பின்னொருவன் வருகின்றான் அவன்பேர் வேலன்!
பெருவாளும் குதிரையும்பாய்ந் தனப கைமேல்!

பலகுதிரை மறவரின்மேல் வேலன் எட்டிப்
பாய்ந்தனன்பல் ஆடுகட்குள் வேங்கை போலே!
கலங்கினர்வே ழவர் பத்துப் பேர்மாண் டார்கள்!
கத்திசுழல் ஓசைமற வர்மு ழக்கம்,
குலைநடுங்க வைத்தன! ஆத்தா, தன் வேலன்
குரல்கேட்டாள்; வேழவர்கள் அங்கு வந்த
நிலையுணர்ந்தாள். அன்னத்தை நோக்கி அங்கு
நிகழ்கின்ற போர்நோக்கம் நிகழ்த்திப் பின்னர்,

இயல் 25

வேலனும் பகைவரும் போர் நடத்துகையில், அன்னம், ஆத்தா உருமாறி வெள ீ சென்றார்கள்.

அன்னத்தை ஆடவனாய் உருமாற் றிட்டாள்;
அன்றுபோல் தன்னுருவம் மாற்றிக் கொண்டாள்!
கன்னமறைக் குந்தாடி யுடைய தாத்தா,
கண்ணொத்த பையனொடு செல்வ தைப்போல்
தன்மகனின் கணக்காயர் சீனி வாழும்
தனிவீட்டை நோக்கியே விரைந்து சென்றாள்!
“உன்மகனின் நிலைஎன்ன” என்றாள் அன்னம்;
“ஊர்மீட்கச் சாகட்டும்” என்றாள் ஆத்தா!

“கண்ணெடுத்தும் பார்த்தோமா கைவா ளோடு
கடும்போரில் தனியாகக் கிடந்த சேயை?
பெண்ணெடுத்து வளர்த்திட்டாள்; அதனா லேதன்
பிள்ளைஉயிர் போவதையும் பெற்ற தாய்தான்
எண்ணவில்லை என்றுலகம் உனைப் பழிக்கும்;
என்னால்தான் இப்பழியென் றெனைப்ப ழிக்கும்!
மண்ணெடுத்துச் சுட்டிடுசெங் கல்லோ, அன்றி
மலைக்கல்லோ உன்னெஞ்சம்” என்றாள் அன்னம்.

இயல் 26

ஆத்தாவும் அன்னமும் சீனிக்கணக்காயர் வீடு நோக்கிப் போனார்கள். எதிரில் வேலனின் துணைவர் குதிரைமேல் ஏறிக் குடிசை நோக்கிப் போவதைக் கண்டார்கள்.

"வேலவனைக் காப்பதற்கு நம்மா லாமா?
வீண்கவலை கொள்ளுவதில் ஆவதென்ன?
ஞாலத்தில் என்பிள்ளை யின்தி றத்தை
நானறியக் கணக்காயர் சொன்ன துண்டு!
சோலைஅதோ! அதையடுத்த சிற்றூர் காண்பாய்!
தொடர்ந்துவா விரைவாக!" என்றாள் ஆத்தா.
நாலைந்து குதிரைகளில் வாள் பிடித்த
நல்லிளைஞர் எதிர்வருதல் இருவர் கண்டார்.

"எங்கிருந்து வருகின்றீர்?" என்றான் ஓர்சேய்.
"எழில்வேலன் அவ்விடத்தில் வேழ வர்பால்
வெங்குருதிப் போர்செய்து கொண்டி ருக்கும்
விழற்குடிசைப் புறமாக வந்தோம்" என்று
தங்குதடை இல்லாமல் ஆத்தா சொன்னாள்.
தாவினார் இளைஞரெல்லாம் குதிரை ஏவி!
மங்கையிரு கைகொட்டி மகிழ்ந்தாள் "உன்றன்
மகன்முகமும் பார்த்தறியேன் ஆத்தா" என்றாள்.

இயல் 27

ஆலடியில் கணக்காயர் எதிரில் சென்று மாற்றுடை களைகிறார்கள். பின் அனைவரும் மாற்றுருவத்தோடு அரண்மனை நோக்கி நடந்தார்கள்.

ஆலடியில் அமர்ந்திருந்த கணக்கா யர்பால்
ஆத்தாவும் மங்கையும்போய்ப் போர்த்தி ருந்த
மேலுடையும் தாம்விலக்கி நின்று செய்தி
விளக்கிடவே, கணக்காயர் கிளத்த லானர்:
"வேலவனோ உமைக்காக்க அங்கு வந்தான்
வேழவரை எதிர்த்துப்போ ரிடவு மானான்;
நாலைந்து பேர்இளைஞர் துணைக்கும் சென்றார்;
நரிக்கண்ணன் தெரிந்துகொள்வான் இனிஎன் நோக்கம்.

என்னையவன் சிறைப்படுத்த எண்ணு முன்னம்
யாமெல்லாம் மாற்றுருவத் தோடு சென்று
மன்னவனாம் வேழவனைத் தனியே கண்டு
மங்கைநிலை கூறுவது நல்ல” தென்றார்.
நன்றென்றார் இருவருமே! உருவம் மாற்றி
நடந்தார்கள் மூவருமாய் அரண் மனைக்குத்
தென்புறத்தே வேழவனார் தங்கி யுள்ள
திருமன்று தனைநோக்கி மிகவி ரைந்தே!

இயல் 28

வேழமன்னன் திருமன்றில் அமைந்து நரிக்குக் கதிர் நாட்டைப் பட்டம் கட்டினேன் என்று மகிழ்ந்தான். அதை ஒரு முதியோன் மறுத்தான்.

ஒளிவிளக்குப் பத்தாயி ரத்தின் நாப்பண்
உயிர்விளக்காய் வீற்றிருந்தான் வேழ மன்னன்!
தெளிவிளக்கும் அறிவுடைய அமைச்சன் தானும்,
சிறியபடைத் தலைவர்களும் சூழ்ந்தி ருந்தார்.
களிமிகுக்க வேழத்தான் உரைக்க லுற்றான்
கண்ணெதிரில் இருக்கின்ற தன்னாட் டார்பால்:
“குளிர்புனல்சேர் கதிர்நாட்டை நரிக்கண் ணற்குக்
கொடுத்துவிட்டேன்; அவன்குறையை முடித்து விட்டேன்.

என்னருமைப் படைத்தலைவன் மகிழும் வண்ணம்
யான்புரியத் தக்கதுபு ரிந்து விட்டேன்;
தன்னருமை உழைப்பாலே என்னி டத்தில்
தான்பெறத்த குந்ததைத்தான் பெற்று விட்டான்;
பொன்முடியை அவன்தலையிற் சூட்டும் போது
பொதுமக்கள் இந்நாட்டார் முகத்தி லெல்லாம்
துன்பத்தை நான்கண்டேன் ஏனோ?” என்றான்
“சொல்வேன்”என் றொருமுதியோன் வணங்கிச் சொல்வான்.

“நரிக்கண்ணன் கதிர்நாட்டை அடைவ தற்கு
நல்லதொரு சூழ்ச்சியினைத் தேட லானான்;
எரிவுதனைக் கதிரைவேல் மன்னன் மேலே
ஏற்றினான் தங்கட்கு; நம்பி னீர்கள்!
ஒருநாளும் தங்களைஅக் கதிரை வேலன்

உள்ளத்தால் பேச்சாலே இகழ்ந்த தில்லை;
பெரும்படையும் கொண்டுவந்தீர்! நடந்த போரில்
மறவர்நெறி பிழைத்ததுவும் அறமோ ஐயா?

இருவேந்தர் வாட்போரை நிகழ்த்தும் போதே
ஈட்டியினைப் பின் வந்து கதிர்நாட் டான்மேல்
நரிக்கண்ணன்செலுத்தினான்; நானும் கண்டேன்
நகைத்ததுவான்! நாணிற்று நல்ல றந்தான்!
இருக்கட்டும்; பெருவேந்தே, அரசி யாரை
எதிர்பாரா வகையாக வஞ்சத் தாலே
பெருங்கொலைசெய் தான்அந்தோ! இப்பெண் ணாளைப்
பிறரறியா வகையில்நான் காத்தேன் அன்றே.

இவ்விளைய பூங்கொடியின் வேர றுக்க
என்னவெலாம் செய்கின்றான்? என்னைக் கொல்ல
ஒவ்வாத முறையெல்லாம் சூழு கின்றான்;
உங்களிடம் நீதிகேட் கின்றேன்" என்று
செவ்விதழாள் அன்னத்தை முகிலின் மீண்ட
திங்களென மாற்றுருவம் களைந்து காட்டி
அவ்வகையே தானும்தன் உண்மை காட்டி
"ஆத்தாஎன்பேர்; அரசின் பணிப்பெண்" என்றாள்.

இயல் 29

**ஆத்தா, அன்னம் என அறிந்த வேழ மன்னன்
வியப்புற்றதோடு, பழி என் மேலல்ல என்றான்.**

வியப்புற்றான்; முகநிறையக் கண்தி றந்து
மெல்லியினை, ஆத்தாவைப் பார்த்தான்; மிக்க
துயருற்றான். "ஒருநாட்டைப் பிடித்த பின்னர்
தொடர்புடையார் தமைக்கொல்ல ஒப்பு வேனோ?
செயப்பட்ட போர்நடுவில் பகையை நானோ
பின்னிருந்து கொலைபுரியச் செய்வேன்?" என்று
வியர்த்திட்டான் உடலெல்லாம்! "அந்தத் தீயன்
விளைத்திட்டான்; நானல்லேன்" என்ற சொன்னான்.

"அப்போதே நானினைத்தேன்; கேள்வி யுற்றேன்.
அவற்றையெல்லாம் நரிக்கண்ணன் மறுத்துக் கூறித்

தப்பேதும் இல்லான்போல் ஆடல் செய்தான்.
கதிர்நாட்டின் தனியரசாய் நரிக்கண ணற்கும்
இப்போது தான்முடியைச் சூட்டி வந்தேன்;
என்செய்வேன் பழிசுமந்தேன்! பழிசு மந்தேன்!
எப்போதும் உமக்கேஓர் தீமை யின்றி
யான்காப்பேன் அஞ்சாதீர்" என்றான் மன்னன்.

இயல் 30

அன்னம் முதலியவரைக் காக்கும் வழியை அரசன் ஆராய்ந்தான்.

பின்னும்அவன் அமைச்சனையே நோக்கி, "இந்தப்
பெண்ணரசி இனிஉய்யும் வண்ணம் யாது?
சின்னநடை நரிக்கண்ணன் இடம்வி டுத்தால்
தீங்கிழைப்பான்; நல்லஉளப் பாங்கொன் றில்லான்;
அன்னையினைக் கொலைசெய்தான்; தந்தை தன்னை
அழித்திட்டான்; அன்னத்தை ஒழிப்ப தற்கும்
முன்னின்று காத்தாளை ஆத்தா என்னும்
முதியாளைத் தீர்த்திடவும் குதியா நின்றான்.

கூறுகநின் கருத்"தென்றான். அமைச்சன் சொல்வான்:
"கொடியோனைக் கதிர்நாட்டை ஆள விட்டீர்!
சீறுகின்ற பாம்புக்குத் தவளை யூரில்
திருமுடியோ சூட்டுவது? பின்பு காண்பீர்!
வீறுடைய கதிரைவேல் மன்னன் ஈன்ற
வெண்ணிலவு முகத்தாளின் எண்ணங் கேட்டு
வேறுநாட் டிளவரசை மணக்கச் செய்து
மேலுமொரு தீங்கின்றிக் காக்க வேண்டும்.

இயல் 31

"அன்னம் முதலியவரைக் காப்பாற்ற வேழ நாட்டிலிருந்து ஒருவரை அனுப்பிக் கதிர்நாட்டை ஆண்டு வரச்செய்க" என்றான் அமைச்சன்.

கதிர்நாட்டை நரிக்கண்ணன் ஆளும் ஆட்சி
கடுகளவும் தீங்கின்றி இருப்ப தற்குப்

பொதுநாட்டம் உடையஓர் அறிஞன் தன்னைப்
போயிங்கு நீர்அனுப்ப வேண்டும்" என்றான்.
"எதுநாட்டம்? அன்னமே சொல்வாய்" என்றான்.
ஏந்தல்மொழி கேட்டமலர்க் கூந்தல் சொல்வாள்:
"சதுர்நாட்டிப் பகைமுடிமேல் தாளை நாட்டும்
தமிழ் நாட்டுப் பெருவேந்தே! அவையில் உள்ளீர்!

பழநாளிற் பாண்டியனின் படைந டத்திப்
பகைகொண்ட சோழனையும் வெற்றி கொண்ட
அழல்வேலான் என்னருமை மூதா தைக்கே
அளித்தான்ஓர் பேழையினைப் பரிசாய்; அந்த
எழிலான பேழையிலே ஞாலம் மெச்சும்
இழைஆடை, வாள்பலவும் இருக்கும்; மேலும்
அழகான கதிர்நாட்டின் வரலா றெல்லாம்
அப்பேழை சொல்லிவிடும். ஆத லாலே,

இயல் 32

அன்னம் கூறுவாள்: என்பேழை அரண்மனையில் இருக்கும்; அதைக் காட்டச் செய்வீர் மன்னரே!

வேழமா நாடுடைய வேந்தே! என்றன்
மேனாளின் நற்புகழை விளக்கும் அந்தப்
பேழைமா றாமல்அதைக் காட்டும் வண்ணம்
பெரியதோர் கட்டளையும் இடுதல் வேண்டும்!
ஏழையரின் குறைதீர்த்தல் கடமை யன்றோ?"
என்றுரைத்தாள். "நன்றுரைத்தாய் பெண்ணே! அந்தப்
பேழைமாற் றம்சிறிதும் இன்றி இங்கே
பெரும்படையால் வரும்படிசெய் கின்றே னென்று

ஆளியெனும் படைத்தலைவா செல்க என்றான்
ஆயிரவர் உடன்செல்க என்றான்! இந்த
நாளில் இதே நேரத்தில் அரண்ம னைக்கு
நாற்புறமும் காப்பமைத்தும் உட்பு குந்தும்
ஆளிருவர் மூவர்விழுக் காடு நீடும்
அறைதோறும் தேடிடுக எங்கும் பார்ப்பீர்;
கேளிர்இதை; அப்பேழை அடையா ளத்தைக்
கிளிமொழியாள் சொல்லிடுவாள்" என்றான் மன்னன்.

இயல் 33

பேழையின் அடையாளம் கூறினாள் அன்னம்.

இளவஞ்சி அன்னம்உரைத் திடுவாள்: "ஐயா
என்பேழை மன்னவரின் வாளின் நீளம்!
உள்அகலம் மூன்றுசாண்! உயரம் நாற்சாண்!
ஒளிதிகழும் கிளிச்சிறைப்பொன் தகடு தன்னால்
வெளிப்புறமும், பொதிகைமலைச் சந்த னத்தின்
வெண்பலகை உட்புறமும் காணும்; மேலே
உளிஅழுந்தும் எழுத்தாலே உள்ளி ருக்கும்
உயர்பொருள்கள் அத்தனைக்கும் பெயர்கள் காணும்.

வாள், நகைகள், ஆடைவகை முழுநீ ளத்தில்
வைத்திடுபொற் பட்டயம்பே ழைக்கு ளுண்டு!
காணுகநீர்" என்றுரைத்துத் தான ணிந்த
கழுத்தணியைக் கழற்றிஅதில் அமைத்தி ருந்த
ஆணிப்பொற் பேழையதன் அடையா ளத்தை
அரசருக்கும் படையாட்சி தனக்கும் காட்டிச்
சேணுயர்ந்த அரண்மனைக்குள் ஆடற் கட்டின்
தென்அறையில் அப்பேழை இருக்கும்" என்றாள்.

இயல் 34

அன்னம் முதலியவர்களுடன் படையை அனுப்பி அரண்மனையில் பேழையைத் தேடச் செய்தான் மன்னன்.

ஓடுக,பாண் டியன்பரிசை நோக்கி நீவீர்!
உமைத்தடுத்தால் நமதாணை அவர்க்குச் சொல்க!
தேடுக வென் றான்மன்னன்! சென்றிட் டார்கள்!
திருநாட்டை வென்றேன்நான் எனினும் அந்த
நாடுதனை உடையவர்க்கே நான ளித்து
நாளடைவில் அவரிடத்தில் கப்பம் கொள்ளல்
பீடுடைய அறமாகும்! இந்த நாட்டின்
பேருரிமை ஆராய்வேன் என்றான் மன்னன்.

அந்நேரம் எண்ணத்தில் ஆழ்ந்தி ருந்த
அமைச்சன்இது கூறுகின்றான் மன்ன வன்பால்:
"மன்னவரே ஆளியினைப் போகச் சொன்னீர்

மற்றந்தப் படைத்தலைவன் நரிக்கண் ணற்குச்
சின்னவனே ஆதலினால் பேழை தேடும்
திறத்தினிலே குறைச்சல்வந்து சேரக் கூடும்;
இந்நிலையில் பொறுப்புள்ள ஆள னுப்பி
எழிற்பேழை தனைத்தேடச் செய்க" என்றான்.

ஆத்தாவும் உரைத்திடுவாள்: " ஆம்ஆம் நானே
அவ்விடத்தில் போகின்றேன் துணைய ளிப்பீர்!
தீத்தாவும் கண்ணாலே நரிக்கண் ணன்தான்
சிறியபடைத் தலைவனையே அஞ்ச வைத்துக்
காத்தாளும் அரண்மனையில் பேழை தன்னைக்
கைப்பற்றிக் கொள்வானே" என்று கூறத்
"தாத்தாவைப் போலுருவை மாற்றிக் கொள்க,
தக்கப்படை யொடுசெல்க" என்றான் மன்னன்.

இயல் 35

அன்னம் முதலியவர் அரண்மனையடைந்தார்கள். ஆளி
அரண்மனையில் தேடியதில் பேழை இல்லை என்றான்.

முன்போல ஆணுருவம் பூண்டாள் ஆத்தா,
முழுநீள வாள்ஒன்றும் இடையில் சேர்த்தாள்!
பின்தொடர்ந்தார் கணக்காயர்; வாளும் ஏந்திப்
பிற காலாட் படைதொடர அரண்ம னைக்கு
முன்வாயில் தனையடைந்தார்; மேலும் உள்ளே
மொய்த்தபடை மேல்சென்று மொய்த்து நிற்கச்
சின்னதொரு படைத்தலைவன் ஆளி என்பான்
"தேடியதில் பேழையினைக் காணோம்" எனறான்.

திடுக்கிட்டார் கணக்காயர்! நரிக்கண் ணையா
தெருக்கதவின் அருகினிலும் போக வேண்டாம்;
படைமறவர் யாவருமே வெளிச்செல் லாதீர்!
பகரும்இது வேழவரின் ஆணை யாகும்;
அடுக்களையோ ஆடரங்கோ எவ்வி டத்தும்
அணுவணுவாய்ப் பேழையினைத் தேட வேண்டும்;
நடுவிலுள்ள உமையும் ஆராய வேண்டும்
நகராதீர் என்றுரைத்தார்; நன்றென்றார்கள்.

இயல் 36

கணைக்காயர் முதலியவர்கள் தேடினார்கள். அங்கிருந்த மற்றவர்கள் அவ்விடம் விட்டு வெள யிற்செல்லாமல் இருக்க வேண்டும். ஆனால் ஒருவன் மட்டும் வெள யில் ஓடுகிறான். ஆத்தா பின்தொடர்கின்றாள்.

கணக்காயர் எவ்விடத்தும் துணைவ ரோடு
கடிதாகத் தேடுகையில், ஆட்கள் தம்முள்
இணைப்பாக நின்றிருக்கும் ஒருவன் கண்ணை
இமைக்காமல் நாற்றிசையும் செலுத்து வோனாய்
அணித்தான தெருவாயில் நோக்கி மெல்ல
அகலுவதைக் கருத்தாக ஆத்தா பார்த்தே,
"கணுக்காலை வெட்டுவேன். செல்லேல்" என்றாள்;
கடிதுபறந் தான்; பறந்தாள் வாளை ஓச்சி.

இயல் 37

ஓடியவன் கணுக்காலை ஆத்தா வெட்ட, அதே போதில் அவன் அவளின் இடது கையை வெட்ட, இருவரும் ஓரிடத்தில் வீழ்ந்தார்கள்.

அரசநெடுந் தெருநீங்கிப் பல்க லைகள்
ஆய்கூடம், நோய்நீக்கும் மருத்து வத்தின்
பெருநிலையம் நீங்கிப்பின், குறுக்கே ஓடிப்
பிறைக்கோட்டு யானைபல நிறத்தும் கூடத்
தருகினிலோர் இருள்கிடக்கும் பொதுமன் றத்தில்
அவன்புகுந்தான். கணுக்காலை வெட்டி னாள்;தன்
அரிதான இடக்கையை இழந்தாள் ஆத்தா
இருமுதியார் அருகருகு துடித்து விழ்ந்தார்.

செந்நீரில் புரளுகின்ற இரண்டு டம்பும்
தெண்ணீரின் கரைமீனாய்த் துடிக்கும்! ஆவி
இந்நிலையில் ஆயிற்றா என்னும் வாய்கள்!
இரண்டுள்ளம் சுரப்பற்ற பசுக்காம் பைப்போல்
எந்நினைவும் இல்லாமல் துன்ப மேயாம்!
'இம்' மென்னும் இருகுரல்கள் வைய வாழ்க்கை

சின்னேரம் சின்னேரம் என்ப தெண்ணத்
திடுக்கிடும் அவ் விருமுதுமைப் பருவம் ஆங்கே.

தனக்குந்தன் கணவனுக்கும் இடையில் வாய்த்த
தடை,பிரிவு, கசப்பனைத்தும் பல்லாண் டாகப்
புனத்திலுறும் புதல்போலே வளர்ந்த தாலே
புறத்தொடர்பே இல்லாத முதிய ஆத்தா
அனற்கொள்ளி பட்டபிள்ளை கதறும் போதில்
'அம்மா'என் பதுபோலே துணைவன் தன்னை
நினைத்தவளாய்த் தாழ்குரலில் "அத்தான்" என்றாள்;
நிறைவியப்பால் வீரப்பன் "ஆத்தா" என்றான்.

இயல் 38

வீரப்பன் தன் மனைவியான ஆத்தாவைப் புரண்டணைத்தான். அவளும் அவ்வாறே!

ஆண்என்று வாள்சுமந்தும் எனைத்தொ டர்ந்தும்
ஆள்என்றும் மரமென்றும் தெரியாப் போதில்
காண்என்று கணுக்காலைத் தீர்த்தாய் என்உள்
கனிஎன்றும் கரும்பென்றும் கிடந்த நீதான்;
வீண்என்று கருதுகிலேன்! என்செய் கைக்கு
விளைவென்று கருதுகின்றேன்! கொடிய சாவைப்
பூண்என்று புகன்றாலும் மகிழ்வேன் என்று
புரண்டணைத்துப் பொன்னே என் றழுதான் கூவி!

படையாளிற் பகைஆள்போல் இருந்தாய் அத்தான்!
பாண்டியனார் பரிசென்னும் நீண்ட பேழைக்
குடையாளின் பணியாள்நான்! நரிக்கண் ணற்கே
உளவாளாய் நீயங்கே ஓடி னாய் என்
றடையாளம் தெரியாமல் இழைத்த குற்றம்
அறிவாளா பொறுத்திடுக! என்று நெஞ்சம்
உடைவாளாய் இருகையால் அணைத்த மெய்யை
ஒருகையால் அணைத்தன்பில் உயர்வா ளானாள்.

பிள்ளையெங்கே எனக்கேட்டான் வீரப் பன்தான்!
பெருங்குடிசை தனிலெனையும் வேந்தன் பெற்ற
கிள்ளையையும் சிறைசெய்ய நரிக்கண் தீயன்

கிளப்பிவிட்ட கொடுமறவர் உயிரை அங்கே
கொள்ளையிட்டுக் கொண்டிருந்தான்; அன்னம் என்னும்
கோவையிட்ட செவ்விதழாள் உள்ளத் துள்ளே
முள்ளையிட்டாற் போல்அச்ச மேமே லிட்டு
முறையிட்டாள்; இட்டுவந்தேன் என்றாள் ஆத்தா.

மண்காண முகில்கிழித்து நிலவு வந்து
மற்றவர்கள் நமைக்காண வைத்தல் காண்பாய்!
புண்காண இடருற்றுக் கிடக்கின் றோமே!
புறஞ்சென்று நலங்காண வகையு மில்லை!
பண்காணும் மொழிஅன்னம் தனையும், பெற்ற
படிகண்ட பிள்ளையையும் இந்நாள் என்றன்
கண்காணு மோஎன்றான்! துன்பத் துக்கோர்
கரைகாணா மற்கிடந்தார் இருவர் அங்கே.

இயல் 39

நரிக்கண்ணனை வேழ மன்னன் சீறினான்.

திகழ்வேழ மன்னனுடன் அமைச்சன், அன்னம்,
செயலுடையார் திருமன்றில் அமர்ந்திருந்தார்!
அகம்வேறு பட்டநரிக் கண்ணன் அங்கே
அழைத்தபடி வந்துநின்றான்; வணக்கம் செய்தான்!
“இகழ்ச்சிமுடி பூண்டவனே என்செய் தாய்நீ?
இந்நாட்டு மன்னவனைப் பின்னி ருந்து
நகைபுரியக் கொலைசெய்தாய்; அடடே நாட்டின்
நங்கையினைத் தங்கையென்றும் பாராய்; கொன்றாய்.

நாடிழந்தாள்; நற்றந்தை, தாயி ழந்தாள்.
நலமிழந்தாள், கலமிழந்தாள்; கொடி பறந்த
வீடிழந்தாள்; புகழ்இழந்தாள்; மணமி ழந்த
விரிமலரைப் போலிருந்தாள்; அரச அன்னப்
பேடிழந்த அனைத்துக்கும் நீஆ ளாகிப்
பெற்றவற்றில் மீதியுள்ள உயிர்இ ழக்கத்
தேடுகின்றாய்; ஆத்தாவைத் தீர்த்திட் டாயோ?
திருடிவிட்டாய் பாண்டியனார் பரிசை ஏடா!

பின்னறிவாய் என்தோளின் வாளின் சீற்றம்!
பிழைசெய்த தேன்?” என்று மன்னன் கேட்டான்.

“முன்னறியும் அறிஞர்க்கு முதல்வரான
மூதறிஞ ரேமுழுதும் அறிவீர் என்னை!
என்னறிவால் வானொடுவிண் ணறிய நாயேன்
எக்கொலையும் செய்தறியேன்; பொருத்த ருள்க.
கன்னலிடைக் கணுக்கண்டு பொறாரோ? தங்கள்
கைவாளால் வீழ்ந்திடுமுன், காலில் வீழ்ந்தேன்!

இயல் 40

தான் கொலை செய்யவில்லை, என் மகனை மணந்து கொண்டு இந்நாட்டை இவளே ஆளட்டும் என்றான் நரிக்கண்ணன்.

அன்னத்தைக் கொலைபுரிதல் இல்லை; அந்தோ
ஆத்தாவைக் கொலைபுரிதல் இல்லை; அந்தப்
பொன்னொத்த பேழையினைக் கண்ட தில்லை
பொய்யுரைப்ப தாய்இல்லை. இதையும் கேட்பீர்;
கன்னத்தைத் தன்நகமே கீறிடாது
கதிர்நாட்டை ஆண்டான்என் மைத்து னன்தான்
தன்அத்தை மகனைஇவள் மணந்து கொண்டு
தானாள்க இந்நாட்டைப் பின்நாள் என்றான்.

நரிஇவ்வா றுரைத்தஉடன், அரசன், ஆம்ஆம்
நன்முடிவு! நன்முடிவே! அன்ன மேஉன்
கருத்தென்ன? அதுதானே! என்று கேட்டான்.
கனிமொழியாள் கூறுகின்றாள்: “குயிலி னங்கள்
திருச்சின்னம் ஊத,நறுந் தென்றல் வீசச்
செவ்வடியால் அன்னம்உலா வரும்நா டாள்வீர்!
ஒருத்தன்எனை மணப்பதெனில் அன்னோன், என்றன்
உயர்பேழை தனைத்தேடித் தருதல் வேண்டும்.

இயல் 41

அன்னம் “என்பேழையைத் தேடித் தருவோனையே நான் மணப்பேன்” என்றாள்.

முன்பாண்டு வையத்தில் முறைந டாத்தி
முத்தாண்டான் எனும்பெயரை நிலைநி றுத்தும்

தென்பாண்டி நாட்டான்பால் என்மு தாதை
சிறைச்சோழ னைவென்று பெற்ற தான
என்பாண்டி யன்பரிசை எனக்க ளிப்போன்
எவனெனினும் அவனுக்கே உரியோள் ஆவேன்.
அன்பாண்டா ரே, இதுஎன் உறுதி யாகும்;
அருள்புரிய வேண்டு" மென்றாள் தெருள்உள் ளத்தாள்.

"காற்றுக்கும் ஆடாமல், கனல்த ணக்கும்
கரியாமல் நன்முறையில் முப்ப ழத்தின்
சாற்றுக்கு நிகரான மொழியா ளே! நீ
சாற்றுமொழி ஒவ்வொன்றும் நோக்கும் போது
நூற்றுக்கொன் றேஅன்றோ மானே! உன்றன்
நுண்ணறிவால் நீயுரைத்த வாறு நானும்
ஏற்றுக்கொண் டேனது போல் ஆகட் டும், தீர்ப்
பிது"வென்றான் மதிபெற்ற வேழ மன்னன்.

இயல் 42

அன்னத்தின் எண்ணத்தை அரசன் ஒப்பினான். இம்முடிவை முரசறைவிக்கக் கேட்டுக் கொண்டாள் அன்னம்.

"இம்முடிவை நாட்டார்க்கு முரச றைந்தே
இயம்புவிக்க வேண்டுகின்றேன்" என்றாள் அன்னம்!
செம்முடியை அசைத்திட்டான் மன்னன்; ஆங்கே
செயல்முடிப்போம் என்றார்கள் அங்கி ருந்தோர்!
"அம்முடிவால் தீமைபல நேர்தல் கூடும்.
அன்னமே, மருமகளே இதனைக் கேட்பாய்!
தம்முடிமேல் பேழையினைத் தூக்கி வந்த
தண்டுன்று கிழவரைநீ மணப்ப துண்டோ!"

எனக்கேட்டான் நரிக்கண்ணன். அன்னம் சொன்னாள்:
"ஈவார்ஓர் கிழவரெனில் எனைம ணக்க
நினைப்பாரோ? நினைப்பரெனில் கிழவ ரல்லர்
நெஞ்சத்தில் இளையாரே வயதில் மூத்தார்!"
எனஉரைக்கப் பின்னும்நரிக் கண்ணன்: "நோயால்
இடருற்றோன் என்றாலோ?" என்று கேட்டான்.
"தனியரசு போக்காத நோயை நானே
தவிர்க்கின்ற பேறுபெற்றால் மகிழ்வேன்" என்றாள்.

"பகையாளி யாயிருந்தால் தீமை" என்றான்.
"பகையாளி உறவாளி ஆதல் உண்டு;
மிகஉறவும் பகையாளி ஆதல் உண்டு
வியப்பில்லை இது" என்றாள். "குழந்தை யாயின்
நகையாரோ" என்றுரைத்தான். "அவ்வ ரும்பு
நன்மணத்தைச் செய்யுமெனல்நகைப்பே!" என்றாள்.
"இகழ்சாதி ஒப்புவதோ!" என்று கேட்டான்.
"இவ்வுலகில் எல்லாரும் நிகரே" என்றாள்!

"கூழையே னுங்கொண்டு காட்டு மேட்டுக்
கொல்லையே னும்சுற்றித் திரியு மந்த
ஏழையே னும்கண்ணுக் கினியான் இன்றேல்
இம்மியே னும்வாழ்வை இனியான் வேண்டேன்!
கோழையே னும்பெண்டிர் இவ்வா றோதும்
கொள்கைஏ னில்லைகாண் இன்பம் இன்றேல்,
பேழைஏன்? சீர்த்திஏன்? பெற்றி ருக்கும்
பெண்மைஏன்? இளமைஏன்" என்றான் மாமன்.

"ஒத்தஅன்பால் ஒருத்திபெறும் காத லின்பம்
ஒன்றுதான் இங்குள்ள தென்று ரைத்தாய்;
செத்தவன்பால் ஒருத்திபெறும் இன்பம் உண்டு
சேதிஇது புதிதாகும்; கேட்க வேண்டும்;
மெத்தவன்பால் வஞ்சத்தால் மான மின்றி
மிக்கபெரு மக்களெல்லாம் ஏங்க ஏங்கச்
சொத்தவன்பால் பெற்றவனை மாற்றி அந்தத்
தூயான்பால் அன்புபெறச் செய்தல் இன்பம்!

இன்பம்வரும் வழிகள்பல உண்டு மண்ணில்!
எதிர்த்துநேர் வெற்றிபெற முடியா தென்றே
அன்பமைய உறவாடித் தன்கை வாளால்
அழித்துப்பின் முழுநாடும் அடைந்தான் என்றால்,
பின்பவன்பால் பொன்னாட்டை மீட்கப் போக்கும்
பெருநாட்கள் ஒவ்வொன்றும் திருநாளாகும்
வன்பகையால் துடிக்கையிலும் தொண்டு செய்வோன்
வரவேற்கும் இன்பத்துக் களவே இல்லை!"

என்றுபல கூறியபின் எழில்வேந் தன்பால்,
"என்பாண்டி யன்பரிசைத் தேடு விக்க

இன்றுமுதல் நீவிர்நடு நின்று நோக்கி
இடரின்றிக் காப்பதுநும் கடனே" என்றாள்.
"நன்றுமட மயிலேநீ செல்க" என்றான்.
"நரிக்கண்ணா, இருக்கின்றேன் நானும் இங்கே;
ஒன்றுபிழை என்றாலும் ஒப்பேன்! அன்னம்
ஒருத்திஉயிர் உன்குடியின் உயிருக் கொப்பாம்!

அன்னத்தின் அன்புடையார்; நரிக்கண் ணற்கே
ஆனவர்கள் என்னுமோர் பாகு பாடு
தன்னைநம் படைமறவர், உளவு காண்போர்
சற்றேனும் கருதாமல் நடத்தல் வேண்டும்;
சின்னநரிக் கண்ணனவன் வஞ்சம், சூழ்ச்சி,
செயநினைப்பான்; செய்திடுமுன் என்பால் சொல்க!
மன்னுகவே சரிநீதி" என்று மன்னன்
வழுத்தினான்; எல்லாரும் வணங்கிச் சென்றார்.

இயல் 43

முரசறையப்பட்டது.

கதிர்நாட்டின் வீதியெலாம் யானை மீது
கடிமுரசு முழக்கினான்: "அன்னம் என்னும்
கதிரைவேல் மன்னன்மகள் இழந்து போன
கவின்பாண்டி யன்பரிசைத் தேடித் தந்தால்
அதுபோதே அவனையோ, அவன் குறிக்கும்
ஆளனையோ அவள்மணப்பாள்! தேடு வோர்க்கும்
எதிர்ப்பில்லை; எவராலும் இடரும் இல்லை.
இது வேழ மன்னவனார் ஆணை" என்றான்.

இயல் 44

ஊர்ப் பேச்சுக்கள்.

முழக்கத்தை கேட்டவர்கள் பல உரைப்பார்:
"முறையறியா நரிக்கண்ணன் மகனாய் வந்த
கொழுக்கட்டை அன்னத்தை மணந்து கொள்வான்;
கொடுத்திடுவான் எடுத்திருக்கும் பேழை தன்னை!
வழக்கத்தை விடுவானோ? வஞ்சம் சூழ்ச்சி
வற்றாத கடலன்றோ? உற்றார் தம்மை

இழக்கத்தான் செய்தானே! இருக்கும் பெண்ணை
இழுக்கத்தான் இச்சூழ்ச்சி செய்தான்" என்பார்.

கள்ளர்பலர் இருக்கின்றார் தென்ம லைக்குள்
கைப்பற்றிப் போயிருப்பார்; அங்குச் சென்றால்
உள்ளபொருள் அகப்படுமே என்பார்; ஆனால்
உட்செல்ல யார்துணிவார் என்று ரைப்பார்;
பிள்ளைகள்போய் அரண்மனையில் விளையா டுங்கால்
பெட்டியினை எடுத்திருப்பார்; அவர்கள் அப்பன்
கொள்ளையடித் துக்கொள்வான் அன்ன மென்னும்
'கோக்காத முத்தை' என்று சிலபேர் சொல்வார்.

அவ்வமைச்சன் பொல்லாத திருட னன்றோ?
ஆளில்லா நேரத்தில் அடித்துக் கொன்று
செவ்வையாய் இந்நாளில் அன்னத் திற்குத்
தித்திப்புக் காட்டிஅந்த மாம்ப ழத்தைக்
கவ்விடுவான் அள்ளூறக் கசக்க 'எட்டிக்
காயா'என் பார்சிலபேர்! அந்தப் பேழை
இவ்வால மரத்தடியில் என்பார் சில்லோர்;
இத்தோப்பில் இக்கிணற்றில் என்பார் பல்லோர்.

இயல் 45

நீலி என்னும் தோழியிடம் அன்னம் வருத்தமுரைத்தாள்.

நிலவெரிக்கும் இரவினிலே அரச அன்னம்
நீலிஎனும் தோழியிடம் நிகழ்த்து கின்றாள்:
"குலையெரிந்து போனதடி! ஆத்தா வின்கை
குறைப்பட்டுப் போனது; அவள்ம ணாளர்
நிலைகலங்கக் கணுக்காலை இழந்து போனார்!
நெற்றியிலே வாளின்நுனி பட்ட தாலே,
மலைநிகர்த்த தோளுடையான் வேல னுக்கு
வாடிற்றாம் மலர்முகமும்! என்னால்! என்னால்!!

வீரப்பக் கிழவரைநான் கண்டேன்; அன்னார்
விளக்கமுறச் சொல்லவில்லை எனினும், "பெண்ணே!
ஆரப்பன் நாட்டுக்கு நரிபி றந்தான்?
அதுவெல்லாம் இல்லைஇனி நீயே ஆள்வாய்!
நேரப்போ வதையெல்லாம் அறிவார் யாவர்?

நிலையறியா நரிக்கண்ணன் கூத்த டித்தான்!
தீரட்டும் என்நோயும்; ஆத்தா நோயும்!
சேரப்பல் லாண்டுநீ வாழி" என்றார்.

இயல் 46

நீலியும் அன்னமும் பேசியிருக்கையில் நரியின் மகன் பொன்னப்பன் வந்தான்.

"பெரியார்வாய்ச் சொற்பலிக்கும்" என்றாள் அன்னம்;
"பிழையார்செய் தாலுமவர் பிழையார் அம்மா!
உரியார்க்கே தாயகமும் உரிய தாகும்
ஒன்றுக்கும் அஞ்சற்க" என்றாள் நீலி!
நரியாரின் மகன்வந்தான் அங்கப் போது
"நான் உன்றன் அத்தான்" என் றான்சி ரித்தான்!
"தெரியாதா? நான்நேற்றுக் காலை வீட்டுத்
தென்புறத்தில் நின்றிருந்தாய் பார்த்தேன்" என்றான்!

"என்அப்பன் உன்மாமன் ஆத லாலே
எனக்குநீ மைத்துனிதான்! நானும் அத்தான்!
பொன்னப்பன் என்று பெயர் எனக்கு! நான்மேல்
போட்டிருக்கும் பொன்னாடை பார்!ந கைபார்!
உன்னைப்போல் நான்அழகன்; அழகி நீயும்!
ஒன்பதுதேர் எனக்குமுண்டு வெள்ளி யாலே!
தின்னப்பல் பண்டங்கள் வீட்டி லுண்டு
திடுக்கிட்டுப் போவாய்நீ அவற்றைக் கண்டால்!

தேனாலும் பாலாலும் என்றன் மேனி
செம்மையுடன் வளர்ந்ததுண்டு மெய்தான்; இந்நாள்
மானாலும் கிளியாலும் இளைத்துப் போனேன்,
மலர்ச்சோலை தன்னில்நான் ஓடி ஆடி!
ஆனாலும் ஒருபேச்சுக் கேட்பாய். நானோ
அரசன் மகன்! பலர் என்னை மணக்க வந்தார்;
போனாலும் போகட்டும் அன்ன மென்னும்
பூவையைத்தான் மணப்போமே எனநி னைத்தேன்.

எவ்வளவோ வேலையுண்டு முடிக்க வேண்டும்;
இங்கிருந்து போய்முதலில் முரச றைந்தே

எவ்வூர்க்கும் திருமணத்தை முழக்கச் சொல்லி
எங்கெங்கும் வீதிகளை விளக்கச் சொல்லி
ஒவ்வொரு வீடும்சிறப்புச் செய்யச் சொல்லி
உன்பேரும் என்பேரும் எழுதி ஓலை
செவ்வையுறப் பிறநாட்டு மன்னர்க் கெல்லாம்
திருமணத்தின் அறிவிப்பை அனுப்ப வேண்டும்.

மணந்துகொண்டால் என்னிடமே இருக்க வேண்டும்!
மரியாதை யாய்நடந்து கொள்ள வேண்டும்!
பிணம்போல எப்போதும் தூங்க வேண்டாம்!
பிச்சைக்காரர் வந்தால் அரிசி போடு!
பணம்போடு; குறைந்துவிடப் போவ தில்லை!
பாலினிக்கும்! நம்வீட்டில் மோர்பு ளிக்கும்!
துணிந்துநிற்பாய் என்னோடு திருடர் வந்தால்!
சுருக்கமென்ன முகத்தினிலே? அதெல்லாம் வேண்டாம்.

மனைவிஎன்றும் கணவனென்றும் இருந்தால் ஏதோ
மகிழ்ச்சியினால் கலாம்புலாம் எனக்கி டத்தல்
அனைவர்க்கும் உள்ளதுதான்; ஆனால் நாட்டின்
அரசனென்றும் குடிகளென்றும் இருத்த லாலே
எனைவந்து தொந்தரவு செய்ய லாமா?
எனக்கன்றோ அதுகுறைவு? நீயே சொல்வாய்.
மனிதனுக்குத் தொல்லையுண்டு பண்ணு கின்றாய்;
மனைவியா மற்றென்ன விலங்கு தானா?"

இவ்வகையாய்ப் பொன்னப்பன் அடுக்கு கின்றான்
இளவஞ்சி, நீலிமுகம் பார்த்துப் பார்த்தே
செவ்விதழின் கதவுடைத்து வரும்சி ரிப்பைத்
திருப்பிஅழைத் துள்ளடக்கிக் கொண்டி ருந்தாள்.
எவ்வளவோ சொல்லிவிட்டான், இன்னும் சொல்வான்;
"என்தம்பி உனக்கென்ன பகையா? உன்னை
அவ்வளவாய் மதிக்கவில்லை என்று சொன்னால்
ஆர்குற்றம்? அப்படிநீ வைத்துக் கொண்டாய்!

மாமியார் ஒன்றுசொன்னால் மறுக்கின் றாயே
மருமகளைக் காப்பதெல்லாம் யார்பொ றுப்பு?
நாமியார் அவரைவிடச் சிறியோ மன்றோ?
நம்பிள்ளை குட்டிகளை வளர்ப்ப வர்யார்?

மீமீஎன் றழும்ஒன்று, மற்றும் ஒன்று
விளையாடும், ஒருபிள்ளை தேர்ந டத்தும்
ஆமிந்த வேலையெலாம் அவர்பார்க் கட்டும்;
அதிலேநீ தலையிடுதல் சரியே இல்லை!

மணவீட்டின் வாயிலிலே கமுகும் தெங்கும்
வாழையும்கட் டுதல்வேண்டும்; ஒருபு றத்தில்
கணகணென இசைக்கருவி முழங்க வேண்டும்;
கைகாட்டிக் கண்காட்டி ஆடும் மாதர்
மணியரங்கில் அணிசெய்ய வேண்டும்! அங்கு
வருவார்க்கு வெற்றிலையும் பாக்கும் தந்து
வணக்கத்தைச் சொல்லியனுப் புதலும் வேண்டும்
வாயார நமைவாழ்த்தி அவர்கள் போவார்!

இவையெல்லாம் ஒருபுறமி ருக்க, நானோ
ஏழைகட்குச் சோறிட்டுத் துணியும் தந்து
கவலையிலா திருக்கும்வகை செய்வ தென்று
காப்புக்கட் டிக்கொண்டேன்! அதுவு மின்றி
தவிலடிப்போன் காதெல்லாம் கிழிப்பான்; அந்தச்
சந்தடியை விலக்கிவிட வேண்டும்! மிக்க
உவகையுடன் தாலியினைக் கட்டு கின்றேன்
உன்கழுத்தை என்பக்கம் திருப்பு நன்றாய்.

ஏன்வெட்கப் படவேண்டும்? கட்டு வோன்நான்
இதனாலே யாருன்னை இகழ்வார் கூறு?
கூன்என்ன? நிமிர்ந்திருந்தால் நல்ல தன்றோ?
கூட்டமாய் வந்தவர்கள் போன பின்பு
ஏனத்தில் பசுப்பாலை ஏந்தி வந்தே
எனக்குமுனக் கும்கொடுக்கும் போது, நீஎன்
மானத்தைக் கெடுக்காதே சொன்னேன் சொன்னேன்;
வாங்கிக்கொள் நான்குடிப்பேன்; குடிப்பாய் நீயும்.

பிள்ளைகளைத் தூங்கவைத்த பிறகு தானே
பெற்றவள்தூங் கிடவேண்டும்? அதைவி டுத்துச்
சொள்ளொழுக நீமுன்பு தூங்க லாமா?
சொல்" என்றான் கொட்டாவி விட்டுக் கொண்டே!
பள்ளிக்குப் போகையிலே பிள்ளை கட்குப்
பண்டங்கள் கொடுத்தனுப்பச் சொன்னான்; சொல்லி

வெள்ளைவிழி காட்டிஉடல் துவண்டு குந்தி
மெதுவாகப் படுத்துப்பின் குறட்டை விட்டான்!

சிரிக்கின்ற நீலியினை நோக்கி அன்னம்
தெளிந்திடும்உள் ளத்தோடு செப்பு கின்றாள்:
“இருக்குமென நான்நினைத்தேன் அந்தப் பேழை
இவனிடத்தில் இல்லையடி நல்ல வேளை;
சிரிக்கஉடல் எடுத்தவனை மணக்கத் தக்க
தேவையில்லை; ஆனாலும் இவனைப் போலே
பொருத்தமில்லான் பேழையினைக் கொண்டு வந்தால்
பொற்றாலி புனையவோ வேண்டும்?” என்றாள்.

இயல் 47

நீலியும் அன்னமும் நிலா முற்றத்திற் சேர்ந்தனர். அதே இரவில் நரிக்கண்ணனும் அமைச்சனும் தனித்துப் பேசியிருந்தார்கள்.

சிரித்திருந்த நீலியவள் இரக்க முற்றாள்.
சிலபேசி நிலாமுற்றம் நீங்கி னார்கள்!
விரித்திருந்த மெத்தையிலே தனிய றைக்குள்
மேம்பாட்டுத் தாமரைக்கண் கூம்ப லுற்றாள்.
கிரிச்சென்னும் சுவர்க்கோழி வாய டங்கிக்
கிடக்கின்ற நள்ளிரவில் அமைதி யின்றி
நரிக்கண்ணன் தனக்குரிய அமைச்ச னோடு
நடுக்கமொடு பலபேசிக் கிடப்பா னானான்.

“தேன்வெறுக்கும் வண்டுண்டோ! நல்அறப்போர்ச்
செயல்வெறுக்கும் தமிழருண்டோ! தெண்ணீர் தன்னை
மீன்வெறுத்த துண்டோ? இவ் வன்ன மென்னும்
மின்னாள்தன் திருமணத்தை வெறுத்து ரைத்தாள்!
ஏன்வெறுத்தாள்? பேரின்பம் விரும்பு கின்றாள்!
எதைஅவள்பே ரின்பமென நினைத்தாள்? யாவும்
தான்வெறுத்தும், என்குடியை வேர றுத்தும்
தன்பழிதீர்ப் பதையேபே ரின்பம் என்றாள்.

பேழையினை, அதிலிருக்கும் பட்ட யத்தைப்
பெற்றபின்பு கதிர்நாட்டின் உரிமை தன்னை
வேழத்தா னிடம்காட்டி ஆட்சி பெற்று
வெள்ளெருக்கை என்வீட்டில் வளர்க்க அன்றோ

ஆழத்தில் உழுகின்றாள்? என்ன செய்வேன்!
அறிவுடையாய் உரை"என்றான்! அமைச்சன் சொல்வான்:
"பேழைகிடைக் காதபடி செய்ய வேண்டும்
கிடைத்துவிட்டால் பேரிழவே" என்று சொன்னான்.

"நமைச்சேர்ந்த படைமறவர் போலு டுத்து
நம்மோடு நின்றிருந்தான் அவன்பால் தந்து
சுமந்துபோய்த் தேரோட்டி யிடம்கொ டுப்பாய்
தூய்தான பேழையினை என்று சொன்னேன்
இமைக்குள்ளே கருவிழியைக் கொண்டு போகும்
எத்தனவன் பேழையினை ஏப்ப மிட்டான்
கமழாத புதர்ப்பூப்போல் திருடர் யாரும்
கதிர்நாட்டின் மலைமேல்தான் இருத்தல் கூடும்.

பெரும்பாலும் பேழையங்கே இருத்தல் கூடும்.
பெருந்திரளாய் ஆட்களைநாம் அனுப்ப வேண்டும்!
ஒருவரையும் மலைப்பக்கம் விடுதல் வேண்டாம்.
ஊர்தோறும் தேடுவதும் தேவை" என்று
நரிக்கண்ணன்உரைத்திட்டான். அமைச்சன் சொல்வான்:
"நம்மலையில் பிறர்வருதல் கூடா தென்று
தெரிவித்தல் முறையல்ல, வேழ மன்னர்
திட்டத்தை நாம்மறுத்தல் கூடா" தென்றான்.

"ஆம்! இதற்கோர் சூழ்ச்சியினை நான்உ ரைப்பேன்
அம்மலையில் இப்போதே பூதம் ஒன்றை
நாம்அனுப்பி அஞ்சும்வகை செய்யச் சொல்லி
நாடெல்லாம் அந்நிலையைப் பரப்ப வேண்டும்;
போமக்கள் போவதற்கு நடுங்கு வார்கள்
போய்த்தேடு வாரெல்லாம் நாமே யாவோம்;
நீமாறு பேசாமல் இதனைச் செய்க
நெடும்பேழை கிட்டும்" என நரியு ரைத்தான்.

இயல் 48

நரிக்கண்ணனின் ஏற்பாட்டின்படி 'எட்டி' என்பான் பூதம்போல் மலைமேல் ஏறிக் கூச்சலிட்டான்.

'எட்டி' எனும் ஓர்ஆளை அழைத்துவந்தே
எரிவிழியும் கருமுகமும் நீண்ட பல்லும்

குட்டைமயிர் விரிதலையும் கொடுவாள் கையும்
கூக்குரலும் நீர்ப்பாம்பு நெளியும் மார்பும்
கட்டியதோர் காருடையும் ஆக மாற்றிக்
காணுவார் நிலைப்படியே பூதம் ஆக்கி
விட்டார்கள் மலையின்மேல்! 'எட்டி' நின்று
வெளியெல்லாம் அதிர்ச்சியுறக் கூச்ச லிட்டான்.

இயல் 49

பூதத்தைக் கண்டவரும் கேள்வியுற்றவரும் அஞ்சி நிலைகுலைந்தோடினார்கள்.

ஒளிவிளைக்கும் கதிரவனும் தோன்றாக் காலை
உயிர்விளைக்க நெல்விளைக்கும் உழவ ரெல்லாம்
களிவிளைக்கும் தமிழாலே பண்டி தர்க்குக்
கலைவிளக்கும் எளியநடைப் பாட்டுப் பாடிக்
குளிர்விளைக்கும் மலைசார்ந்த நன்செய் நாடிக்
கொழுவிளைக்க உழச்சென்றார்; காதில் கேட்டார்
வெளிவிளைத்த கூச்சலினை! மலைமேற் கண்டார்
விழிவிளைக்கும் எரியோடு கரும்பூ தத்தை!

ஆழ்ந்தடிக்கும் ஏரடியும் தாற்றுக் கோலும்
அயலடிக்கும் வால் எருதும் நோக்கா ராகி
வீழ்ந்தடித்துக் கொண்டோடி நகர டைந்து
விலாஅடிக்கும் பெருமூச்சு விட்டு நின்று
சூழ்ந்தடித்துத் தின்னஒரு கரிய பூதம்
சுடரடிக்கும் கொடுவாளும் கையு மாகத்
தாழ்ந்தடிமேல் அடிவைத்து வருங்கால் அந்தச்
சந்தடிகேட் டடியேங்கள் வாழ்ந்தோம் என்றார்.

இதுமட்டும் சிலருரைக்கக் கேட்கு மட்டும்
இன்னொருவன் புளுகினான் இயன்ற மட்டும்;
அதுமட்டும் தனியல்ல வான மட்டும்
அளவுடைய ஐந்தாறு பெரும்பூ தங்கள்
குதிமட்டும் நிலத்தினிலே தோன்றா வாகிக்
கொண்டமட்டும் ஆட்களையும் வாயிற் கௌவி
எதுமட்டும் வருவேன் என் றெனையே பார்க்கும்
என்மட்டும் தப்பினேன் என்று சொன்னான்.

வாலிருந்த தா? என்றே ஒருசேய் கேட்டான்
வாலில்லை பின்புறத்தில் ஏதோ ஒன்று
கோலிருந்ததோ என்றும் கொடியோ என்றும்
கூறமுடியா நிலையில் இருந்த தென்றான்.
மேலிருந்து வந்திடுமோ என்றான், அந்த
வீதிவரை வந்ததனைப் பார்த்தேன் என்றான்.
காலிருந்தும் போதாமல் இறக்கை வேண்டிக்
கடிதாக ஓடினான் ஐயோ என்றே!

அவனோடக் கண்டொருவன் ஓட அங்கே
அத்தனைபே ரும்பறந்தார்! பூதம் பூதம்
இவனோடி வந்ததெனக் கூச்ச லிட்டார்!
இவ்வீதி அவ்வீதி மக்கள் எல்லாம்
கவணோடும் கல்லைப்போல் விரைந்தா ரேனும்
எவ்விடத்தில் போவதென்றும் கருத வில்லை;
கவலைஎரு துகள்போல மக்கள் யாரும்
கால்கடுக்க நகர்சுற்றிச் சுற்றி வந்தார்.

அத்தெருவில் அவ்வீட்டில் பூத மென்றும்
அதுபூதம் இதுபூதம் எனப்பு கன்றும்
தொத்துகின்ற வௌவால்போல் மரத்தின் மீதும்
தூங்குகின்ற பூனைபோல் பரண்கள் மீதும்
முத்தெடுக்கும் மனிதர்போல் கிணற்றி னுள்ளும்
மூட்டையினைப் போல்வீட்டின் இடுக்கினுள்ளும்
மொய்த்திருக்க லானார்கள்! கருத்தின் பூதம்
முன்னிற்கும் பூதமாய் எங்கும் கண்டே!

முன்நடப்போர் பின்வருவோர் தம்மை எல்லாம்
முகம்திருப்பிப் பார்க்கும்முனம் பூதம் பூதம்
என்றலறி எதிர்வருவோர் தமைஅ ணைக்க
என்செய்வோம் பூதமென அவரும் ஓடி
நின்றிருக்கும் குதிரையையோ எதையோ தொட்டு
நிலைகலங்கி விழும்போதும் புழுதி தூற்றி
முன்றிலிலே பிள்ளைகளின் கண்கெ டுத்து
முழுநாட்டின் எழில்கெடுக்க முழக்கஞ் செய்வார்.

இயல் 50

அமைச்சன் மகனும் பேழை தேடத் துவங்கினான்.

நாடுமுழு தும்பூத நடுக்கம் கொள்ள
நரிக்கண்ணன் ஆட்களெலாம் பேழை தன்னைத்
தேடுவதில் இருந்தார்கள் தென்ம லைமேல்!
சிலஅறிஞர் நாம்பேழை தேடப் போனால்
கேடுபல சூழ்ந்திடுவான் புதிய மன்னன்
கிடக்கட்டும் நமக்கென்ன என்றி ருந்தார்!
பாடுபட்டுப் பார்ப்போமே எனநி னைத்தே
பலஇடத்தும் அமைச்சன்மகன் அலைத லுற்றான்!

சீனிஎனும் கணக்காயர் தம்பால் கற்கும்
திறலுடைய இளைஞர்களை அழைத்த ழைத்துத்
தானினைக்கும் இடமெல்லாம் தேடச் சொல்லித்
தளர்வின்றி முயன்றிடுவான். அன்ன மென்னும்
தேனிதழாள் வானிமிர்ந்த சோலை தன்னில்
திண்ணையிலே உட்கார்ந்த வண்ண மாக
ஏனடியே நீலியே பேழை தன்னை
யானடையும் நாள்வருமோ என்று நைவாள்.

இயல் 51

நீலியொடு அன்னம்.

நினைக்கையிலே என்நெஞ்சம் எரியு தேடி
நினையாமல் இருப்பதற்கோர் வழியு முண்டோ?
பனைக்கைஉறும் களிறுபோல் தந்தை யாரும்
படருமலர்க் கொடிபோலும் அன்னை யாரும்
எனைக்கையிலே ஏந்திவளர்த் தார்கள் ஐயோ!
இறக்கையிலே துடிக்கையிலே என்றன் பெண்ணே
உனைக்கையில்வைத் தோம்இப்போ துளத்தில் வைத்தோம்
உயிர்விட்டோம் அயல்விடுத்தோம் எனச்சென் றாரோ?

நன்செய்வாய்ச் செந்நெலெலாம் பொன்ம லைபோல்
நனிகுவிக்கும் கதிர்நாட்டின் முடிபு னைந்த
பின்செய்வாய் அருஞ்செயல்கள், அறச்செ யல்கள்
பெருநூலின் ஆராய்ச்சி, இளமை போகும்

முன்செய்வாய் என்றுரைத்த என்பெற் றோர்கள்
முதுநாட்டை விட்டாவி முடியும் போதில்
என்செய்வாய் என்செய்வாய் என்றன் பெண்ணே
எனப்பரிவாய்க் கதறிற்றோ அவரின் செவ்வாய்?

இயல் 52

துயருறும் அன்னத்தை, ஓடம்ஏறி உலவ நீலி அழைத்தாள்.

விழிப்புனலில் குளிப்பவளாய்த் துன்ப ஆற்றின்
மேற்றுறையும் காணாளாய் இவ்வா றெல்லாம்
கொழிப்பாள்நெஞ் சிளகுமொழி! அன்ன மேபூங்
கொடியேநல் இளம்பிடியே! வளர்ந்த தேக்கின்
செழிப்பினிலே நிழல்சாய்ந்த செய்யாற் றோரம்
திருத்தமுற நிறுத்திவைத்த ஓடம் ஏறிக்
கழிப்போமே நேரத்தை! என்றாள் நீலி
கையூன்றி எழுந்திருந்தாள் தையல் நல்லாள்.

நீர்தேங்கும் செய்யாற்றின் ஓடம், துன்பம்
நினைத்தேங்கும் அன்னத்தைநீலி யைப்பூந்
தார்தாங்கும் தட்டம்போல் தன்பால் தாங்கத்
தடக்கையால் துடுப்பசைய ஓட்டு வார்கள்
ஆர்தாங்கள் எனக்கேட்டும் இன்பம் ஊட்டும்
அரும்பாட்டுப் பல இசைத்தும் ஓட்ட லானார்.
சீர்தேங்கும் வெள்ளன்னம் அசைந்தி டாது
செல்லல்போல் தெண்ணீரில் சென்ற தோடம்.

தேங்கிநிற்கும் புனல்மீது செல்லா நிற்கும்
செம்படகில் ஒருபுறத்தில் சிரித்த வண்ணம்
பாங்கிநிற்கப் பார்த்துநின்ற அன்னம் சொல்வாள்:
பாரடிநீ மேற்றிசைவா னத்தை! அங்கும்
தேங்கிநிற்கும் பொன்னாற்றில் செழுமா ணிக்கச்
செம்பருதிப் படகோடும்! கீழ்த்தி சைவான்
வாங்கிநிற்கும் ஒளியைப்பார்! காட்சித் தேனில்
வண்டடிநாம் என்றுரைத்து மகிழ்ந்து நின்றாள்.

இயல் 53

படகு ஆற்றில் போகும்போது மழையும் பெருங்காற்றும்!

கிழக்கினைநோக் கிப்படகு செல்லும் போதில்
கேள்விஇலார் நெஞ்சம்போல் இருண்டு, நீளும்
வழக்குடையார் செல்வம்போல் மின்னி மாய்ந்து
வண்பொருளை இழந்தான்போல் அதிர்ந்து பின்னர்
மழைக்கண்ணீர் உகுத்ததுவான்! மேற்கி னின்று
வந்ததுசெய் யாற்றினிலே பெரிய வெள்ளம்
பழக்குலைமேல் எறிந்தகுறுந் தடியே போலப்
பாய்ந்ததொரு பெருங்காற்றுப் படகு நோக்கி!

தம்மாலா காதென்று கைவிட் டார்கள்
தடந்தோளால் படகோட்டும் மக்கள் யாரும்!
இம்மாநி லத்தின்வாழ் விதுவோ என்றே
இழைபோலும் இடையுடையாள் அழுதாள்! நீலி
கைம்மீது தலைசாய்த்துக் கதற லானாள்!
கவிழ்ந்துபோம் நிலையினிலே வந்த ஓடம்
செம்மானூர்க் கரையினிலோர் குடிசைக் குள்ளே
தெரிந்ததுதாய்க் கும்சேய்க்கும்! விரைந்தெ ழுந்தே

இயல் 54

ஆத்தாவோடிருந்த வேலன் ஓடி ஓடத்தை நிறுத்தி, இருவரையும் தன் குடிசைக்குக் கொணர்ந்தான்.

“விடை”யென்று கேட்டான்சேய்! “நட”என் றாள்தாய்!
விரைந்தோடிப் பெருமரத்தில் கயிறு கட்டி
நெடுமுனையை ஒருகையாற் பற்றி நீந்தி,
நிலைதவறும் ஓடத்தில் ஏறிச் சேந்திக்
கடிதினிலே ஓடத்தைக் கரையிற் சேர்த்தான்;
கசங்கியஓர் கொடிபோலக் கிடந்த அன்னத்
துடியிடைக்கும், நீலிக்கும் தோள்கொ டுத்துச்
சுரைபடர்ந்த சிறுகுடிசை தன்னிற் சேர்த்தான்!

கண்ணேஎன் அன்னமே! நீயோ? நீயோ?
கனிமொழியே நீலியே! நீயோ? நீயோ?
மண்ணாள நீபிறந்தி ருக்க ஆற்றில்

மழைப்புனலும் பெருங்காற்றும் உன்னை மாய்க்க
ஒண்ணுமோ? என்றுரைத்துக் களைப்பு நீக்கி
உடைமாற்றிக் குடிநீரும் காய்ச்சித் தந்து
தண்ணென்று தரையிருக்கும் என்று சென்று
தடுக்கிட்டுத் தலையணையும் இடுப்புக் கீந்தே

நனைந்தகுழ லுக்குச்சந் தனம்பு கைத்து
நளிருண்டோ எனநெற்றி தொட்டுப் பார்த்துப்
பனம்பழத்தின் சாறட்ட பனாட்டும் தேனும்
பரிந்தளித்துக் கருங்குயிலை அருந்தச் சொல்லி
நினைத்திருந்தேன் மறந்துவிட்டேன் செங்க ரும்பை
நெறித்தெடுத்த சாற்றுக்கற் கண்டு காய்ச்சப்
புனைந்துவைத்தேன் முல்லையிலே கண்ணி ஒன்று
புரிகுழலில் வைஎன்று தந்தாள் ஆத்தா!

இயல் 55

அன்னம் வேலன் அன்புப் பேச்சுகள்.

ஆத்தாவே இவர்யார் என் றன்னம் கேட்டாள்!
அவன்தான்என் மகன்என்று சொன்னாள் ஆத்தா.
தீத்தாவும் கண்ணுடையார் வேழ நாட்டார்
சிறைபிடிக்க வருகையிலே மறித்தே என்னைக்
காத்தாரும் இவர்தாமோ? என்றாள் அன்னம்.
கடமைபுரிந் தான்இவனே என்றாள் ஆத்தா;
வாய்த்தீரே மானத்தை உயிரைக் காக்க
மறப்பரிது நும்நன்றி என்றாள் அன்னம்!

"ஒருசற்றும் பயனில்லா உடம்பை, வாழ்வோ
உண்டில்லை என்னுமொரு மின்னைத் தின்ன
நரிசற்றும் விலகாத கூட்டைச் சான்றோர்
நகைப்புக்கே இலக்கான குமிழி தன்னை,
முரசுக்கு வாய்ஓயாக் குறட்டில் மன்னர்
முடிசாய்க்க நெடிதாண்ட மன்ன ரின்பெண்
ணரசுக்கோ ஆட்படுத்தா திருத்தல் வேண்டும்?
அறிவுக்கோ இழிவுதனை ஆக்க வேண்டும்?

எனைஈன்ற தந்தைக்கும் தாய்க்கும் மக்கள்
இனம்ஈன்ற தமிழ்நாடு தனக்கும் என்னால்

தினையளவு நலமேனும் கிடைக்கு மென்றால்
செத்தொழியும் நாளெனக்குத் திருநா ளாகும்!
பனையளவு நலமேனும் தன்ன லத்தைப்
பார்ப்பானோர் மக்களிலே பதடி யாவான்.
உனைஒன்று வேண்டுகிறேன் என்னால் ஆவ
துண்டென்றால் அதற்கென்றன் உயிருண்" டென்றான்.

"இழந்தபாண் டியன்பரிசைத் தருவார்க் கென்னை
இழந்துபோ வேன் என்று முரசம் எங்கும்
முழங்கியஓர் சேதியினை அறயீர் போலும்!
முயலாமே இத்தனைநாள் கழித்தீர் போலும்!
பழம்பெரிய பாண்டியனார் பேழைக் குள்ளே
பகைவர்தமை ஒழித்திடுமோர் குறிப்பும் உண்டு!
கொழுத்தபுகழ் உமக்குண்டு கொண்டு வந்தால்!
கொடைகொடுத்த தாகும்இந் நாட்டுக்" கென்றாள்.

பேழையின தடையாளம், பறிபோய் விட்ட
பின்னிலைமை, முன்னிலைமை, பூதச் சேதி
ஆழஉரைத் திடலானாள் அன்னம்! வேலன்
அத்தனையும் கேட்டிருந்தான். "நானோ மெத்த
ஏழைமகன்; நரிக்கண்ணர் ஆணை எங்கே
யானெங்கே, ஆயினுமென் கடமை உண்டு.
பேழையினைக் கொண்டுவந்து தருவேன்; அன்றிப்
பேருலகில் உயிர்வாழேன்" என்றான் வேலன்.

மாத்தீயன் நரிக்கண்ணன், காணா வண்ணம்
மறைத்தவளும், வேழனிடம் வழக்கும் இட்டுக்
காத்தவளும், நேர்நின்றே இன்றும் அன்றும்
காத்தவனை ஈன்றெடுத்துப் பாலும் ஊட்டிக்
காத்தவளும், இனிக்காப்பா ளும்,பெண் ணாளின்
கண்ணெனவே வாழ்பவளும் ஆன அன்பின்
ஆத்தாவின் இடதுகை நோக்கி நோக்கி
அழுதிருந்தாள், வீரப்பன் நிலைக்கு நைந்தாள்.

இயல் 56

கொய்யாக் குடியில் வீரப்பன், ஒரு குடிசையில் இருக்கிறான்.தோழன் ஒருவன் வருகிறான்.

செய்யாற்றின் கரையினிலே, செம்மா னூரில்
செல்வனையும், மனைவியையும் விட்டு வேறு
கொய்யாக்கு டிக்குச்சென் றான்வீ ரப்பன்,
கொய்திட்ட காலோடும் ஆட்க ளோடும்!
எய்துமோர் கால்நோயால் அவ்வி டத்தில்
இரவினிலோர் குடிசையிலே இருக்கும் போதில்
ஐயாஎன் றொருதோழன் அழைத்தான்; "இந்த
அரசாட்சி நம்மிடத்தில் வந்த" தென்றான்.

"மாட்சியுறும் மன்னவனைப் பின்னால் குத்தி
மன்னவனின் இன்னுயிராய், வையத் தின்கண்
காட்சிக்கோர் ஓவியமாய், வாழ்ந்து வந்த
கட்டழகை வஞ்சத்தால் வெட்டி வீழ்த்தி,
வாட்சுழலால் உயிர்சுழலக் கணக்கில் லாத
மக்களைவீழ்த் துங்கொடுமை தீரா இந்த
ஆட்சிக்குப்புறம்பாய்நான் இருக்கும் போதே
அற்றதுகால்! அரசுபெற்றால் உயிர்போம் என்றான்.

இருட்டறையில் உள்ளதடா உலகம்! சாதி
இருக்கின்ற தென்பானும் இருக்கின் றானே!
மருட்டுகின்ற மதத்தலைவர் வாழ்கின் றாரே!
வாயடியும் கையடியும் மறைவ தெந்நாள்?
சுருட்டுகின்றார் தம்கையில் கிடைத்த வற்றைச்
சொத்தெல்லாம் தமக்கென்று சொல்வார் தம்மை
வெருட்டுவது பகுத்தறிவே! இல்லை யாயின்
விடுதலையும் கெடுதலையும் ஒன்றே யாகும்.

எல்லார்க்கும் எல்லாம் என் றிருப்ப தான
இடம்நோக்கி நடக்கின்ற திந்த வையம்;
கல்லாரைக் காணுங்கால் கல்வி நல்காக்
கசடர்க்குத் தூக்குமரம் அங்கே உண்டாம்.
இல்லாரும் அங்கில்லை; பிறன் நலத்தை
எனதென்று தனியொருவன் சொல்லான் அங்கே!

நல்லாரே எல்லாரும் அவ்வை யத்தில்
நமக்கென்ன கிழியட்டும் பழம்பஞ் சாங்கம்!"

என்றுரைத்தான் வீரப்பன்! தோழன் சொல்வான்:
"எழிற்பாண் டியன்பரிசைத் தேடு கின்றார்
தென்மலையிற் பிறர்அணுகா திருக்கும் வண்ணம்
செய்துவிட ஒருவனைஅம் மலைமேல் ஏற்றித்
தின்னவரும் பூதமிது என்று சொல்லித்
தெருவாரை அழும்பிள்ளை ஆக்கி வைத்தே
அன்னவரே பேழையினைத் தேட லானார்
அம்மலையை இன்றளந்தால் ஆள்மட் டந்தான்.

வீடெல்லாம் தரைமட்டம், ஆல்இ ருந்த
வேரெல்லாம் பறித்ததிலே கிணற்றின் மட்டம்!
காடகழ்ந்த நீரூற்றின் ஆழங் காணில்
கடலுண்டே அது நமக்குக் கணுக்கால் மட்டம்!
ஈடற்ற கலைப்பொருள்கள் இருக்கும் மன்றம்,
எண்ணற்ற ஆய்கூடம், பள்ளிஇந்த
நாடழிய ஆளுகின்ற நரிக்கண்ணற்கோ
நல்லறிவோ அணுவுக்கும் மிகவும் மட்டம்!

மூட்டையொடு கழுதைநடந் திருக்கும், பின்னே
முழுக்கூனன் ஏகாலி செல்வான், அந்தப்
பாட்டையிலே பஞ்சுநிறை கூடை போகும்
உழவர்க்குப் பழங்கூழும் எடுத்துச் செல்வார்.
கூட்டுநீ லச்சாயம் கொண்டு செல்வார்,
குறுக்குநெடுக் காய்மக்கள் பலபேர் செல்வார்!
காட்டாளோ பூதமென்பான், அஞ்சி வீழ்வார்!
கரும்பூதம் வெண்பூதம்ஆவார் யாரும்.

அரண்மனையின் யானைவரப் பூதம் என்றே
அலறினார்; மாவுத்தன் வைக்கோல் வண்டி
எருதின்மேல் வீழ்ந்தான்! சாய்ந் ததுவைக் கோலும்
எழுப்பிவைத்த சாரந்தான் நெளிய உச்சி
இருந்தகொல் லூற்றூக்கா ரன்கு தித்தான்!
எரியடுப்பால் கூரையும்வைக் கோலும் பற்றித்
தெருப்பற்றி எரிகையிலே, பூதம் அங்கே
சிரிப்பதென அலறினார் அடுத்த ஊரார்!

அஞ்சவைக்கும் பூதத்தை அஞ்ச வைக்க
அஞ்சாறு பூதத்தை நாம னுப்பிக்
கொஞ்சிவிளை யாடவிட்டால் நல்ல தாகும்
கூறுகநீர் விடை"என்றான். அதனைக் கேட்டு
நெஞ்சில்வைத்தே வீரப்பன், "வேண்டு மானால்
நிகழ்த்துவோம், நடப்பதெல்லாம் அறிய வேண்டும்;
வஞ்சமுற்ற நரிக்கண்ணன் ஆட்கள், எந்த
வழிச்சென்றார் என்பதையும் காண்போம்" என்றான்.

"கொண்டுவந்த பேழையினை மகனி டத்தில்
கொடுப்பதெனில் நான்கொடுத்தால் சிக்கல் உண்டாம்.
பண்டெனது செயலைஅவன் அறிய நேரும்;
பாண்டியனார் பரிசினையும் வெறுப்பான்" என்று
தொண்டுகிழ வன்புகன்றான்! "மகனி டத்தில்
சொல்லாமல் பிறர்கையால் கொடுப்பீர்" என்றே
அண்டையிலே இருந்தஅவன் சொல்ல; ஆம்ஆம்
அதுநன்று நன்றென்றான் அவ்வீ ரப்பன்!

இயல் 57

நரிக்கண்ணனின் அமைச்சன் மகனான நீலன், நீலியைக் காணுகின்றான்.

அமைச்சன்மக னானஓர் நீலன் என்பான்
அருஞ்சூழ்ச்சி செய்வதிலே மிகக்கை காரன்!
இமைக்கின்ற நேரமதும், வீணாக் காமல்
எழிற்பாண்டி யன்பேழை, அன்னம், ஆட்சி
நமக்குவரு மோஎன்று நினைத்தா னாகி
நல்லபல சூழ்ச்சியெலாம் நாடு கின்றான்.
சிமிழ்க்காத கண்ணோடு தெருக்கள்தோறும்
சிற்றூர்கள் மற்றுமுள இடத்தி லெல்லாம்

அன்னத்தைத் தேடுகையில், நீலி அங்கே
ஆற்றோரம் நின்றிருந்தாள் மாலைப் போதில்!
இன்னவளை ஆராய்வேன் எனநெ ருங்கி
"என்னவியப் பிதுநீலி? தேடிப் போன
கன்னலொன்று காலடியிற் கிடைத்த தைப்போல்
கண்ணெதிரில் கிடைத்தாயே! என்எண் ணத்தை

உன்னிடத்தில் சொல்லிவிட வேண்டும்; என்னை
எவ்வழிநீ விட்டாலும் ஒப்பு கின்றேன்.

என்தந்தை என்னிடத்தில் இன்று வந்தார்;
எப்போது மணம்புரிய எண்ணு கின்றாய்
என்றுரைத்தார். யானுரைத்தேன் இவ்வை யத்தில்
என்னுளத்தைக் கொள்ளைக்கொண்ட பெண்ஒ ருத்தி
பொன்வேலி தனில்உண்டு! நீலி என்று
புகல்வார்கள் அவளின்பேர்! அன்னத் திற்கும்
இன்னுயிரைப் போன்றுள்ளாள்! அவளை யன்றி
எவளையும்நான் மணம்புரியேன் என்று சொன்னேன்.

மாந்தளிரால் மெல்லுடலும், மணக்கும் செந்தா
மரையிதழால் வாயிதழும் உடையாய் கேட்பாய்.
சாய்ந்துதிடீர் எனவிழுந்தார் என்றன் தந்தை!
'தலைகொழுத்த பிள்ளையே அமைச்ச னுக்கு
வாய்ந்திருக்கும் பிள்ளைநீ பாங்கி யைப்போய்
மணம்புரிந்தால் என்ஆகும்?' எனத்து டித்தார்.
தீர்ந்ததினி அவளிடத்தில் சென்ற உள்ளம்
திரும்பாது; தீர்ப்பென்றேன் ஒப்புக் கொண்டார்!

என்னநீ நினைக்கின்றாய்? அன்னத் திற்கே
எழிற்பேழை தனைத்தேடித் தந்து, பின்னர்,
அன்னத்தை ஏன்மணக்க லாகா தென்றால்,
அவள்என்றன் கண்ணுக்குப் பிடிக்க வில்லை.
பொன்னுக்குப் பித்தளையோ ஒத்த தாகும்?
பூவுக்கு நிகராமோ சருகின் குப்பை?
மின்னலிடை, கன்னல் மொழி, இன்னும் சொன்னால்
விரியுலகில் ஒருத்திநீ, அழகின் உச்சி!

ஒளியேனும் வானத்தை மறத்தல் கூடும்
உயிரேனும் உடம்பதனை மறத்தல் கூடும்
எளியேனும் உனைமறத்தல் உண்டோ? அன்றி
எனையேனும் நீ மறத்தல் உண்டோ? பச்சைக்
கிளியேனும், குயிலேனும் கேட்டால் நாணக்
கிளத்துமொழி அன்னம்நம தொருமைப் பாட்டைத்
துளியேனும் அறிவதுகூ டாது; சின்னச்
சொல்லேனும் வெளிப்படுதல் கூடா தென்றான்.

விழிபார்க்க எண்ணிடுமே உன்னை! யாரும்
விலைபார்க்க இயலாத முத்தே! நானுன்
வழிபார்த்து நிற்குமிடம் சொன்னால் நீயோ
வரப்பார்த்து முகம்பார்த்துப் போவேன்! இல்லை
ஒழிபார்த்துப் பார்த்துநீ! என்கின் றாயோ,
ஒழிந்தேனென் றெண்ணிநீ எனைப்பு தைத்த
குழிபார்க்கத் தான்வருதல் முன்னே சொன்னால்
கோவையிதழ் சுவைபார்த்துப் போவேன்" என்றான்.

"மன்றிரண்டு தெரியுமன்றோ? அவற்றில் நெல்லி
மரமிரண்டின் நடுவுள்ளபொதுமன் றுக்குள்
இன்றிரண்டு நாட்களிலே வருவேன்! வந்தால்
எனக்கிரண்டு பட்டாடை தருவீர்! மெல்ல
ஒன்றிரண்டு பேசியபின் சுப்பல் ஒன்றை
உளியிரண்டாய்த் தரித்ததுபோல் பிரிதல் வேண்டும்!
பொன்திரண்டு வந்தாலும் சரிதான் என்னைப்
போட்டிரண்டாய் வெட்டிடினும் நில்லேன்" என்றாள்.

"எத்தடையும் இல்லையடி மாம ரத்தை
இசைந்தடையும் கருங்குயிலே! கதிர்நாட் டானின்
சொத்தடையக் கவர்ந்ததன்றி அன்னத் துக்கும்
சூழ்கின்றான் வாழ்வுக்கே தடைகள் என்றால்
இத்தடைகள் நீங்குதற்கு முயல்கின் றாளா?
எழிற்பாண்டி யன்பரிசின் நிலைமை என்ன?
கொத்தடையும் மலர்க்குழலே என்னி டத்தில்
கூறுதற்குத் தடைஎன்ன?" என்றான் நீலன்

"கூடுவிட்டுத் தாயைவிட்டுப் பறந்து விட்ட
குயிற்குஞ்சு போலன்னம் ஒருத்தி, மன்னர்
வீடுவிட்டு வேலைவிட்ட ஆத்தா, வேலன்,
விரல்விட்டே எண்ணிடுமித் தொகையுள் ளார்போய்த்
தேடிவிட்டால் கிடைத்துவிடு மோஅப் பேழை?
தீனியிட்டுக் கோழியினை மடக்கு வார்போல்
மூடிவிட்டார் பேழையினை! அவர்கள் கொஞ்சம்
மூச்சுவிட்டால் தானேநாம் அறிதல் கூடும்?

இடக்கையோ ஆத்தாவுக் கில்லை! இவ்வா
றிருக்கையிலே அவள்துணைவர் வீரப் பர்க்கோ

நடக்கையிலே ஊன்றுதற்கோ கணுக்கா லில்லை!
நறுக்கையிலே பொன்வீசும் ஒளியாற் செய்தே
எடுக்கையிலே அமைவுற்ற மேனி யாட்கோ
இயற்கையிலே இடையில்லை என்பார் கற்றோர்!
படுக்கையிலும் விழிக்கையிலும் பலகை ஓலைப்
படுக்கையல்லால் வேலனுக்கோ நினைவே யில்லை.

எதுமுடியும் அவராலே?" என்றாள் நீலி!
"ஏன்முடியா தென்கின்றாய்? புல்லூர் தன்னில்
புதுமுடிவேந் தன்விட்ட மறவர் தம்மைப்
புறங்காணச் செய்தானே வேலன்? ஆத்தா,
முதுமுடியான் கதிர்வேலன் பெற்றெ டுத்த
முன்முடிந்த மேகலையாள் அன்னத் திற்கோ
'இதுமுடிய இதுசெய்வாய்' என்று கூறி
ஏற்றமுடி வைச்செய்யும் ஆற்ற லுள்ளாள்!

ஆத்தாவின் துணைவர்யார்? அறியேன்" என்றான்
ஆனமட்டும் உளவறிய எண்ணி நீலன்!
கூத்தாடிப் பிழைப்பார்போல் தோன்று கின்றார்,
குடிசையிலே அப்பொருளும் கண்டேன் என்றாள்.
பார்த்தாயா என்னென்ன உடைகள் என்றான்,
படைமறவர் உடை, இந்த வைய வாழ்வை
நீத்தாரின் உடை,பலவும் கண்டேன் என்றாள்.
நீசொல்லும் வீரப்பர் எங்கே என்றான்.

"போவிரைவில்" என்றுரைத்தாள் ஆத்தா! அன்னோர்
போய்விட்டார் எமைவிட்டே எந்த ஊர்க்கோ!
வாவிரைவில் என்றுரைத்தால் வருவார் போலும்!
மறுத்துரையார் ஆத்தாவின் மொழியை என்றாள்.
தீவிரைவில் கொல்லுதல்போல் பூதம் வந்து
தெருவாரைக் கொல்லுவதால் என்றன் அன்பே
நீ விரைவில் போஉன்றன் குடிசைக் கென்றான்.
நீலியவள் குலுக்கென்று சிரித்துச் சொல்வாள்:

"ஊருக்குள் பூதமெனப் புளுகி னோரின்
உள்ளத்தை நினைத்துநான் சிரித்தேன்; அன்னார்
நேருக்கு நேரடையும் தீமை தன்னை
நினைத்துநான் சிரித்திட்டேன்; என்றன் வாழ்வில்

சீருக்கு வாய்த்திருக்கும் அன்பே, பூதச்
சிறுசெய்தி நம்புகின்றீர் உம்மைக் கண்டால்
தேருக்குச் செப்பனிட்ட முட்டுக் கட்டை
சிரிக்குமெனில் நான்சிரித்தல் வீணே" என்றாள்.

"உன்னகத்தை யறிவதற்கே இதனைச் சொன்னேன்
உயிர்வகையில் பூதம்என ஒன்று மில்லை;
தன்னகத்தில் வளர்ந்துவரும் மடமை யின்பேர்
தன்னடியால் நடவாத பூத மென்று
சொன்னகற்றோர் மொழியினைநான் ஒப்பு கின்றேன்.
தொன்மைஎனும் உச்சியிலே அறிவால் வாழ்ந்த
பொன்னகத்தில் தமிழகத்தில் தாய கத்தில்
பூதம்எனும் சொல்நுழைதல் புதுமை" என்றான்.

"திங்களிடம் குளிர்போலும் கதிர வன்பால்
செந்தழல்போ லும்பூவில் மணமே போலும்
உங்களிடம் எனக்குள்ள அன்பின் மீதில்
ஒருபழியும் நேராமல் விரைந்து நீவிர்,
தங்களிடம் நோக்கியே செல்ல வேண்டும்
தமிழ்நிகர்த்த அமுதமொழி மங்கை அன்னம்
இங்குவரக் கூடுமன்றோ?" என்றாள் நீலி!
இன்னும்ஒரு சேதிஎன்று சொல்வான் நீலன்:

"என்பொருட்டு நின்னழகை அன்பை ஈந்தாய்
எதன்பொருட்டு நானிதனை மறத்தல் வேண்டும்?
நின்பொருட்டு அவளுக்கோர் நன்மை செய்ய
நினைக்கின்றேன். அன்னந்தான் இழந்த பேழை
யின்பொருட்டுப் பொருள், ஆவி உடல்வேண் டாமல்
இனியுழைக்கக் கடவேன்நான்! அன்பு நீலி,
தன்பொருட்டு வாழ்வானோர் ஏழை! மக்கள்
தம்பொருட்டு வாழ்வானோர் செல்வன்" என்றான்.

"மின்னையும்பன் மலர்களையும் கொண்டி யாக்கை
வேண்டுமென அமைத்ததென விளங்கும் அன்னம்
தன்னையும்நான் அறியேனே! வேழ நாடு
தனிலிருந்து வந்துள்ளேன் ஆத லாலே
என்னையுந்தன் தொண்டரொடு சேர்த்துக் கொள்ள
எழிலுடையாள் இடத்தில்நீ மொழிதல் வேண்டும்!

பொன்னையும்வார்ப் படநுண்மை தனையும் வையப்
புகழ்கொள்ளச் செய்திடும்பெண் ணழகு நங்காய்!

நலங்கெடவே கதிர்நாட்டை ஏப்ப மிட்ட
நரிக்குத்தான் என்தந்தை அமைச்சன்! மெய்தான்!
குலுங்குநகை முத்தாகக் கொழிக்கும் பெண்ணே!
கொடியவனைத் தொலைப்பதென்றன் தந்தை நோக்கம்
விலங்குபழக் கிடுவானின் வெள்ளா டொன்று
வேங்கையிடம் நெருங்கையிலே மகிழ்வ துண்டோ?
தெலுங்கினிலே பாடிடுமோர் தமிழன் செய்கை
தேனென்றா நினைக்கின்றார் தமிழ கத்தார்?

கூப்புங்கை யில்கொடுவாள் உடையான் அந்தக்
கொடுங்கொடியான் நரிக்கண்ணன் எனில்எ னக்கோ
வேப்பங்காய்! அவனுமெனை விதைபற் றாத
வெள்ளரிக்காய் என்றுநினைத் திடவு மில்லை!
தீப்பொங்கும் மலையடியில் வாழு கின்றேன்
சிலிர்க்கின்ற குளிர்தென்றல் உலவும் தென்னந்
தோப்பிங்கே காணுகின்றேன்! குடியி ருப்பேன்
சொல்லொருசொல் அவளிடத்தில்" என்றான் நீலன்.

கரும்பல்ல; அதுபிழிந்த சாறே போலும்
கழறுகின்ற மொழியுடையாள் அன்னம் நெஞ்சம்
இரும்பல்ல! நான்சொல்வேன் ஏற்றுக் கொள்வாள்!
இருநாளில் பதிலுரைப்பேன் என்றாள் நீலி.
அரும்பல்ல; கண்ணல்ல அவ்வா றேசெய்!
அனுப்பென்னை! இனிப்பான தேனே! சற்றே
திரும்பல்லல் தீரென்று செப்பிச் சென்றான்.
தேனிதழாள் அவன்பிரிவால் தியங்கி நின்றாள்.

இயல் 58

ஊர்ப்பேச்சு!

இத்தனைநாள் ஆயிற்றே பேழை எங்கே?
இந்நாட்டில் அதுவிருந்தால் வெளிப்ப டாதோ?
முத்தன்ன வெண்ணகையாள் திரும ணந்தான்
முடியுநாள் எந்நாளோ என்பார் சில்லோர்!

வைத்தவர்கண் ஏமாறக் கவர்ந்து சென்றோர்
வண்கடலில் போட்டாரோ? நரிப்பேர் கொண்ட
எத்தனவன் தானெடுத்துப் பேழை தன்னை
எரித்தானோ என்றுரைப்பார் மற்றும் சில்லோர்!

நற்பேழை கிடைத்திட்டால் நரிக்கண் ணற்கு
நலமல்லால் தீமையில்லை என்பார் சில்லோர்;
பொற்பேழை கிடைத்திட்டால் நரிக்கண் ணற்குப்
பொல்லாங்கே ஆதலினால் மறைத்தான் என்று
சொற்பலவும் விரிப்பார்கள் சிலர்! இப் பூதத்
துயர்என்று தீர்ந்திடுமோ என்பார் சில்லோர்!
தெற்குமலை காடுநகர் நாடு யாவும்
தேடுவதாய் அழிக்கின்றார் என்பார் சில்லோர்!

இயல் 59

வேழ மன்னனும் அமைச்சனும்!

வேழவனும் அமைச்சனொடு வீற்றி ருந்தான்
விளக்கமுறு திருமன்றில்; உரைக்க லானான்!
பாழடைந்த இருள்வீட்டில் விளக்கு, வானப்
பனிப்புகையில் எழுந்தகதிர், அன்னம் என்பாள்
வாழஒரு பாண்டியனார் பரிசு வேண்டி
வாடுகின்றாள்! நாள்பலவும் வறிதே யாகப்
பேழையினை நரிக்கண்ணன் தானும் தேடிப்
பெருந்தொல்லை யடைகின்றான் என்று சொன்னான்.

அப்பேழை நரிக்கண்ண னிடத்தே யில்லை,
அவனதனை யிழந்ததுவும் வியப்பே யாகும்!
ஒப்பேதும் இல்லாத மங்கை யன்னம்
உடலுடமை ஆவியெலாம் பேழை என்று
செப்பினாள்! அதிலென்ன ஐயப் பாடு?
திருநாட்டின் ஆட்சியும்தன் மணமும் அந்தக்
கைப்பேழை தனிலுண்டு! கிடைத்தால் நெஞ்சக்
களிப்பேழை யடைவாள்என் றமைச்சன் சொன்னான்.

இயல் 60

நரிக்கண்ணன் பேழை தேடுவாரை மேற்பார்வை பார்த்துத் திரிகிறான்.

தென்மலையில் தேடுகின்ற கூட்டம், காட்டில்
தேடுகின்ற ஒருகூட்டம், நாட்டில் தேடி
இன்னல்விளைத் திடுங்கூட்டம், வீடு தோறும்
எங்குண்டு பேழைஎன அதட்டும் கூட்டம்,
பன்னுமிவை அனைத்துக்கும் மேற்பார் வைக்குப்
பறக்கின்ற தலைவர்களின் தலைவ னாகிச்
சென்றுசென்று நிலையறிவான் எவ்வி டத்தும்
தேரேறி நரிக்கண்ணன் ஊரி லெல்லாம்.

தட்டுப்பட் டதுவோடா பேழை என்று
தரைபிளப்பார் தலைவனைப்போய்க் கேட்பான்! ஆங்கு
வெட்டுப்ப டாதிருக்க வேண்டும் பேழை
மெல்லனவே மண்வெட்ட வேண்டும் என்பான்!
முட்டுப்ப டாதுழைப்பீர்! கிடைத்தால் பேழை
முந்நூறு பொன்னளிப்பேன் என்பான்! ஓர்பால்
சிட்டுப்ப றந்ததுபோல் தெருவில் ஓடித்
தெரிந்ததுவோ உளவென்பான் நரிக்கண் ணன்தான்!

தெருத்தோறும் வாழ்வாரை ஒருங்க ழைத்துச்
செப்பிடுவீர் உண்மைதனை; அரண்ம னைக்குள்
ஒருபேழை தனைத்தந்தேன் அதனை வாங்கி
ஒளித்தவரும் நீர்தாமே? என்று கேட்டுப்
பெருமக்கள் தமையெல்லாம் உளம்வ ருத்திப்
பெரியோரை அதட்டிடுவான், பெண்டிர் தம்மை
எரிமுளும் கண்ணாலே அஞ்ச வைப்பான்
இழிசெயலான் நரிக்கண்ணன் என்னும் தீயன்.

இயல் 61

அன்னம் குதிரை ஏறிப் பேழைக்குப் புலன் கேட்டாள்.

ஓடிக்கொண் டேயிருக்கும் குதிரை, காதில்
ஒலித்துக்கொண் டேயிருக்கும் காற்கு ளம்பும்!
ஆடிக்கொண் டேயிருக்கும் நெற்றித் தொங்கல்!

அழகைக்கொண் டாள்அன்னம் அதனை ஊர்ந்தே
தேடிக்கொண் டேஇருந்தாள் பேழை தன்னைத்
தேனைக்கொண் டேபொழியும் மழையைப் போலே
பாடிக்கொண் டேஇருந்தாள் நிலைமை பற்றிப்
பருகிகொண் டேயிருந்தார் இரங்கி ஊரார்!

“பண்டிருந்த பாண்டியனார் பரிசை, என்றன்
பழம்புகழைப் பொன்னான பேழை தன்னைக்
கண்டிருந்த துண்டென்றால் கூறு வீரோ?
காணாதார் இனியேனும் முயலு வீரோ?
வண்டிருந்து பண்பாடிக் கொண்டி ருக்கும்
மலர்ச்சோலைக் கதிர்நாட்டின் மகள்நா னன்றோ?
தொண்டிருந்த உள்ளத்தீர்! மறவர் மக்காள்!
தொல்லையினைத் தீர்த்திடுவீர்!” என்றாள் அன்னம்.

நீர்அடையும் விழியுடையாள்தெருக்கள் தோறும்
நிகழ்த்துமொழி கேட்டவர்கள், இருகை ஏந்திச்
சீரடைய வேண்டுமெனில் எல்லா மாண்பும்
சென்றடையும் எந்திருவே இந்நாள் இந்தப்
பாராடையும் தீமையெல்லாம் நீங்கி நல்ல
பயனடைய வேண்டுமெனில் நல்ல றம்தான்
பேரடைய வேண்டுமெனில் பேழை வேண்டும்!
அதைத்தேடும் பெருங்கடமை எமக்கே என்றார்.

இயல் 62

அன்னம் அலைந்து, பின் ஒரு சோலை அடைந்தாள்.

அகல்வானில் விட்டு விட்டு மின்னல் போல
ஆங்காங்குச் சென்றுபின் மீண்டா ளாகிப்
பகல்வானம் மாணிக்கப் புனலா டுங்கால்
படர்முல்லை சிரித்திருக்கும் சோலை கண்டு
புகலானாள்; குதிரையினை விட்டாள்! அங்குப்
புன்னைவர வேற்பளிக்கத் தென்றல் வந்து
துகிர்உடலில் மணந்தடவ இசைய ரங்கு
தும்பியார் துவக்கினார்! அமர்ந்தாள் அன்னம்.

தாமரைக்கண் இமைஇதழோ அசைய வில்லை
தளிர்மேனி அசையவில்லை ‘பூ’ வை மற்றோர்

பூமறைப்ப தைப்போலும் எழிற்கன் னத்தில்
பொற்கொடிதன் அங்கைதனை ஊன்றி, நெஞ்சே
நீமறைக்கா தேஉன்றன் இன்ப யாழை
நிகழ்த்தென்றாள்; உகுத்தஇசை உணர்வால் அள்ளித்
தீமையிலா உயிர்பருகக் கிடந்தாள்; வையம்
செந்தமிழி லக்கியத்தின் வருகை நோக்க.

மீதுயர்ந்த இருதோள்கள் ஒளியை வாரி
வீசுகின்ற குன்றங்கள்! மறவன் தூக்கி
ஊதுகின்ற வளைகொம்பின் புருவத் தின்மேல்
உயர்நெற்றி அஞ்சாமை முழங்கும் கூடம்!
மோதுகின்ற இளங்களிறு போல்ந டந்து
முன்வாயிற் புன்னகையை விளைப்பான்! ஆனால்
காதலில்லை அவன்கண்ணில்! தேன்பற் றாத
கவின்மலரில் இடமிலைஎன் உயிர்வண் டுக்கே!

கிளிக்கழுத்தின் பொன்வரிபோல் அரும்பும் மீசை!
கீழ்க்கடலின் மாலைவெயில் கலந்த நீல
ஒளித்திரைபோல் தலைமயிர்சிங் கத்தின் தோற்றம்!
உயிர்ப்பரிதி வான்போன்ற மேனி வாய்ந்தான்!
துளித்தநறுந் தேனென்று சொல்லும் சொல்லைத்
தொடங்குகுரல், முழங்குகின்ற கடலே! ஆனால்
களிக்கஒரு காதலில்லை அன்னோன் கண்ணில்!
கவின்மலரில் தேனிலைஎன் உயிர்வண் டுக்கே!

அடுக்கிவைத்த அழகழகாம் உறுப்புக் கள்மேல்
அனுப்பிவைத்த என்விழிகள் ஒளியு மங்கித்
தடுக்கிவிழும்; எழும்ஒன்றில் சறுக்கி வீழும்!
தனிப்பிறவி! வையத்து மக்கள் தம்மில்
எடுக்கஎடுக் கக்குறையாச் சுவையின் ஊற்றை
இனிக்க இனிக் கக்காணும் ஆண்மை! ஆனால்
துடிக்குமோர் காதலில்லை அன்னோன் கண்ணில்!
தூய்மலரில் தேனிலைஎன் உயிர்வண் டுக்கே!

தீங்கைஇனிப் பொறேனென்னும் கண்கள்! என்றன்
திருநாளைத் தனக்கென்றே நினைக்கும் நெஞ்சம்!
வேங்கைஅவன்! அஞ்சாதே என்ற பேச்சு
வீணல்ல வெற்றிமுர சென்று சொல்வேன்!

ஏங்கையிலே எனைமீட்டான்! ஓடம் விட்டே
இறக்கினான்! தொட்டஇடம் மறக்க வில்லை!
பாங்குறஓர் காதலில்லை அன்னோன் கண்ணில்!
பனிமலரில் தேனிலைஎன் உயிர்வண் டுக்கே!

விழியில்லை; உணர்வில்லை; குடிசை தன்னில்
வீழ்ந்திருந்தேன்; அப்போதில் என்றன் ஆத்தா,
மொழியில்லை இதுமருந்தே எனும்ப டிக்கு
மொய்குழலே என்றழைத்தாள்; உயிர டைந்தேன்.
வழியில்லை என்றிருந்த என்கண் முன்னே
வாய்த்தவனை யாரென்றேன் வேலன் என்றாள்!
எழுகின்ற காதலில்லை அன்னோன் கண்ணில்!
எழில்மலரில் தேனிலைஎன் உயிர்வண் டுக்கே!

இயல் 63

இவ்வாறு அன்னம் துயில்கையில் அங்கே ஓர் துறவி வந்தான்.

நனவுலகில் இவ்வண்ணம் இருந்தாள் அன்னம்!
நல்விழியைக் துயில்வந்து கௌவ, ஆங்கே
கனவுலகில் இலக்கியத்தைத் தொடர்வா ளானாள்;
கைம்மலரில் தலைசாய்த்துப் புன்சிரிப்பைக்
கனிஇதழில் புதைத்துடலை ஒருக்க ணித்துக்
கைவல்லான் வைத்தயாழ் போற்கி டந்தாள்.
இனிநானும் இவ்வுடலும் புளியும் ஓடும்
என்றிருக்கும் ஓர்துறவி அங்கு வந்தான்.

துவராடை உடுத்திருந்தான்! தோலின் ஆடை
தோளினிலே சுமந்திருந்தான்! சுரைக்கு டுக்கை
தவறாமல் கைப்பிடியாய்ப் பிடித்தி ருந்தான்!
தடியொன்று வைத்திருந்தான்! உடைவாள் ஒன்றும்
எவரேனும் எதிர்க்கையிலே உதவு மென்றே
இடுப்பில்வைத்தான்! பற்கொம்பு, விசிறி, செம்பு,
கவிகைஇவை யல்லாமல் எல்லாம் நீத்த
கடுந்துறவி தூங்குவோள் எதிர்உட் கார்ந்தான்.

இயல் 64

அன்னம் துறவியைக் கண்டு திடுக்கிட்டாள்.

வெண்தாடி நிலம்புரள மேல்நி மிர்ந்த
விழிமூடித் தாமரையின் இருக்கை கொண்டு
கொண்டாடும் கற்பாறை போலி ருந்தான்
கொஞ்சுகிளி விழிப்பாளா எனநி னைத்தே!
வண்டோடு பூவிதழும் பறக்கக் காற்று
மரக்கிளையை நெடிதலைத்துச் சருகை எல்லாம்
திண்டாட வைக்கையிலே இமைதி றந்தாள்!
திடுக்கிட்டாள்! துறவிதனை எதிரிற் கண்டாள்.

விரைந்தெழுந்தே ஆடைதனை ஒதுக்கி நின்று
மென்மலர்க்கை கூப்பினாள்! துறவி சொல்வான்:
"தெரிந்துகொண்டேன் நின்உள்ளம் வாழ்க நன்றே!
சிறந்தஓர் பாண்டியனின் பரிசு, கைக்கு
வரும்சிறிதும் வருந்தாதே" என்று சொல்ல
"வாய்மலர்க, எந்நாளில்?" என்றாள் அன்னம்!
"அருங்கிளியே உனக்கான ஆட வன்பால்
அதையுரைப்பேன் இங்கவனை அனுப்பாய்" என்றான்.

பெரியானைக் கைகூப்பிக் குதிரை ஏறிப்
பெண்ணரசி "உம்" என்றாள் செம்மா னூரின்
அருகினிலே வேலன்வரக் கண்டாள். கையால்
அழைத்திட்டாள்! செய்தியினைக் காதில் சொன்னாள்!
"தெருவினிலே நின்றிருப்பேன் வரவு நோக்கிச்
செவிக்கமுது கொண்டுவர வேண்டும்!" என்றாள்.
"இரு" என்றான். செம்மானூர்க் குடிசை சேர்ந்தாள்;
எழில்வேலன் பெரியானை நோக்கிச் சென்றான்.

இயல் 65

தென்மலையில் நரிக்கண்ணன் ஆட்கள் பேழைக்குத் தோண்டினார்கள். அப்போது அங்கு ஓர் பூதம் வெளப்பட்டது. எல்லோரும் பறந்தார்கள். நரிக் கண்ணனிடம் சொன்னார்கள்.

தென்மலையில் பேழையினைத் தேடு கின்றார்
சிலர்அங்கே கற்பிளப்பார்! மண்ணெ டுப்பார்!

சின்னகுகை புகுந்திடுவார்! மாலைப் போதும்
சென்றுவிட, இரவினிலே மலையின் உச்சி
மின்னிற்றுப் பெருங்கூச்சல் கேட்ட தங்கே!
மேல்நோக்கி ஐயையோ எனஅ திர்ந்தார்.
நின்றதொரு நெடும்பூதம்! நரிக்கண் ணன்பால்
நிகழ்த்தினார். தென்மலையில் எவரு மில்லை!

ஓடினான் நரிக்கண்ணன் தென்ம லைக்கே;
உடன்சென்றார் படைமறவர் பல்லோர்! பூதம்
ஆடியதும், நெடுவேலைச் சுழற்றி நின்றே
அரற்றியதும் கண்டார்கள்! நடுங்கி ஓடி
மூடிவைத்த தெருக்கதவை உதைத்துத் தள்ளி
முன்வீட்டின் அறைபுகுந்து தாழிட்டார்கள்!
பாடுபட்டு நான்கண்ட சூழ்ச்சி தன்னைப்
பயன்படுத்திக் கொண்டானே அவன்யார்? என்றே

நரிக்கண்ணன் எண்ணினான்! பூதந் தன்னை
நான்குமுறை நோக்கினான்; நோக்க நோக்கப்
பெரிதாகும் நிலைகண்டான்! நடுக்கம் கொண்டான்!
பெரும்பூதம் தென்மலையில் இருந்த செய்தி
தெரியாமல் இருந்தேனே எனமு டித்தான்!
தென்மலைக்கும் அரண்மனைக்கும் இடையில் வாய்த்த
அரைக்காதம் அதைநினைத்தான்! ஓட லானான்!
அரண்மனைக்குள் பெரும்பூதம்! என்று கேட்டான்.

வடதிசையைத் தான்மறந்து மேற்கு நோக்கி
வாழ்ந்தேன், கெட்டேனென்றே ஓடும் போதும்
தடதடென ஆயிரம்பேர் எதிவந் தார்கள்;
சரியாக ஒருதென்னை அளவு யர்ந்த
கொடும்பூதம் வந்ததெனக் கூறி னார்கள்;
குள்ளநரி பட்டதுயர் கூறொ ணாதே!
பிடித்தான்பின் ஓட்டத்தைக் கிழக்கு நோக்கிப்
பெரும்பூதம் என்றுரைத்தார் அங்கும் பல்லோர்.

இயல் 66

நரிக்கண்ணன், அவன் கூட்டம், பூதம் பூதம் என்று அரண்மனையை காலி செய்தார்கள். அன்னம் உள் நுழைந்தாள். வேலன் முதலியவரும் சேர்ந்தார்கள்.

அரண்மனையில் நரிக்கண்ணன் ஆட்கள், பெண்கள்,
அருகிருந்த தூண்,கதவு பெட்டி யாவும்
பெரும்பூத மாய்த்தோன்றக் கதறி, ஓடிப்
பிணியுற்றார்! உயிர் விட்டார். சிற்சி லர்போய்ப்
பரணுக்குள் குடிபுகுந்தார்! இவ்வா றாகப்
பாழான அரண்மனைக்குள் யாழ்ச்சொல் அன்னம்
திரண்மலைத்தோள் வேலனொடும் நீலி யோடும்
சிரித்தபடி உள்நுழைந்தாள் செப்பலுற்றாள்:

"ஆளுயரம் இருந்ததுவாம் நரியார் பூதம்!
ஆள்ஒருவன் தோளிலோர் ஆளை யேற்றத்
தோளுயர்ந்த இரட்டையாட் பூத மன்றோ
சுடுநெருப்பைக் கக்குகின்ற நமது பூதம்!
கோளுக்குக் கோள், பொய்க்குப் பொய்யே வேண்டும்;
கொடியவன்வெட் டியகிணற்றில் அவனே வீழ்ந்தான்;
நாளும்எழில் நாட்டார்கள் பூத மென்று
நடுங்ககுநிலை இரங்கத்தக் கதுதான்" என்றாள்.

"சிரித்துவிளை யாடஇது நேரமன்றே!
திண்ணூரின் குளக்கரையில் நெடுநா ளாக
இருப்பவனோர் திருடனென இயம்பு கின்றார்
யான்செல்வேன் விடைகொடுக்க" என்றான் வேலன்!
"இருக்கட்டும்! நீலிநீ துறவி யாரை
இங்கழைத்து வா" என்றாள்;நீலி சென்றாள்!
நெருப்பிற்கு நீருண்டு தணிக்க! அன்னம்
நினைப்புக்குத் தணிக்கையிட அவனால் ஆகும்.

துறவுடையார் "பேழைஅகப் படும்" என் கின்றார்!
தொல்லைஇனி நமக்கில்லை என்றாள் அன்னம்!
அறிவுடையார் பிறர்தம்மை நம்பித் தம்பால்
ஆம்செயல்செய் யாமல்இரார் என்றான் வேலன்!

முறையாமோ இமைப்பொழுதே அமைதி கேட்டேன்
முழுநாளும் தழல்தழுவிக் கிடப்பா ருண்டோ?
நிறைவுறும்உன் மொழியான குளிர்ம ரத்து
நீழலிலே விளையாடி மகிழ்வேன் என்றாள்.

கரும்பெடுத்துப் பிழிந்ததுவும் என்சொல் தானோ?
கனியெடுத்து வைத்ததுமென் இதழோ? முல்லை
அரும்பெடுத்துக் கொட்டியதும் என்சிரிப்போ?
அடியெடுத்தால் அழகெடுக்கும் அன்ன மேஉன்
சுரும்பெடுத்த இசைபோலும் சொல்லெ டுத்தால்
சுவைஎடுப்பாய் இருக்கும்இனிக் கொஞ்சிப் பேசி
இரும்பெடுத்துச் செய்திருக்கும் என்றன் காதில்
இன்னமுதைப் பாய்ச்சாயோ என்றான் வேலன்.

பிள்ளைநிலை என்னுமொரு கனியின் சாறும்
பேரிளமை என்னுமொரு கரும்பின் சாறும்
கொள்ளைபடப் பெய்துவைத்த இளமை என்னும்
கொப்பரையில் நாள்என்னும் பூனை நாவால்
மொள்ளையிலே "உயிர்" என்பார் பார்த்தி ருத்தல்
முறைதானோ என்றுரைத்தாள் அன்னம்! வேலன்
அள்ளையிலே காதல்,அதை அருந்தல் இன்பம்!
அகமொத்து மேல்நடத்தல் அறமாம் என்றான்.

இயல் 67

அதற்குள் துறவி வந்து சேர்ந்தான்.

மற்றுமொரு பேச்செடுத்தாள் அன்னம். அங்கே
வண்டிவரும் ஓசையினைக் கேட்டு நைந்தாள்!
ஒற்றைஎரு திழுத்துவந்த வண்டி விட்டே
ஊன்றுகோல் துணையாகத் துறவி வந்தான்.
கற்றைமலர்க் குழலுடையாள் நீலி யோடு
கைக்கூப்பி வரவேற்க, வாழ்த்துக் கூறி
மற்றவரைப் புறம்போக்கி வேலன் காதில்
வாய்மலரை ஒற்றிமலர்த் தேனைப் பெய்தாள்.

நீலியவள் விடைபெற்று வெளியிற் சென்றாள்
நீளறையில் தனித்திருந்தாள் அன்னம்! அன்னாள்
சேலின்விழி மகிழ்ச்சியினால் மின்னும்! வாயின்

செவ்விதழில் குறுநகைப்புச் சிந்தும்! நல்ல
வேலியிட்ட நன்செயிலே விதைத்த வித்தும்
விளையுமென அவள்உள்ளம் கூத்த டிக்கும்!
மேலும்அவன் அடிமையுளம் உடையான் அல்லன்,
மென்மலர்நான்! தும்பிஅவன்! எனவி யந்தாள்.

இயல் 68

நீலியும் நீலனும் பேசியிருந்தார்கள் நீலன் வீட்டில்.

ஓதுகின்றான் நீலியுடம் நீலன்: "என்றன்
உயிர்போன்ற நீலியே வாராய் வாராய்!
பூதமென ஒன்றில்லை என்று முன்பு
புகன்றாயே! இகழ்ந்தாயே என்னை! விண்ணை
மோதுதல்போல் வரும்பூதம் பார்த்தாய் அன்றோ?
மொய்குழலே இங்கேயும் இப்போ தும்தான்
தீதுசெய வரக்கூடும்!" என்று கூறித்
தெருவிளக்குத் தூண்ஒன்றை உற்றுப் பார்த்தான்.

"முன்வந்த பூதத்தை நரிவி டுத்தான்!
முதற்பூதம் நடுநடுங்கிச் சாகு மாறு
பின்வந்த பூதத்தை இளைய அன்னம்
பெற்றெடுத்தாள்" என்றுரைத்துச் சிரித்தாள் நீலி!
என்னபொருள் இதற்கென்று நீலன் கேட்டான்.
இதன்பொருள்தான் மடமைமேல் வெற்றி என்றாள்.
ஒன்றுமே விளங்கவில்லை என்றான் நீலன்;
ஓர்ஆளும், கருப்புடையும் பூதம் என்றாள்!

"வாட்படையும் வேற்படையும் கண்டு நெஞ்சம்
மலைப்படையக் குதித்தபூ தத்துக் கெல்லாம்
ஆட்படைதான் அடிப்படையோ? அஞ்சி ஓடி
அலுப்படைந்தேன் இதுகாறும்" என்றான் நீலன்.
"மீட்படையா மக்கட்கு மீட்பும், சற்றும்
விழிப்படையா மக்கட்கு விழிப்பும் நல்கத்
தோட்படையால் வையத்தை வெல்லும் வேலன்
துணைப்படையாய் அன்னத்துக் கமைந்தான்" என்றாள்.

"ஆள்பிடிக்கு மோஅவளுக்" கென்று கேட்டான்.
"அடிப்பிடித்த வேர்கல்லி நூல்பி டித்து
வாள்பிடித்த றுத்தெடுத்த செம்ம ரத்தில்
வான்பிடிக்கச் செப்பனிட்ட தேர்போன் றானின்
தாள்பிடித்து வாழ்கின்றாள் அன்னம்! வேலன்
தகைமைஎலாம் மிகப்பிடிக்கும்! அவளுக் கன்னோன்
தோள்பிடிக்கும்; சுவையெல்லாம் பிடித்தெ டுத்த
தூயதமிழ் நடைபிடிக்கும்" என்றாள் நீலி!

"எம்சொத்தே கதிர்நாடு, நாமே ஆள்வோம்
எனநினைத்தார் நரிக்கண்ணர்; தீதே செய்தார்!
பஞ்சொத்துப் பறக்கின்றார் நாட்டு மக்கள்!
பலர்ஒத்து விரைவாகச் செழித்த மாவின்
பிஞ்சொத்த கண்ணாளுக் கிந்த நாட்டைப்
பெருமைபெற முடிசூட்டி முடித்து விட்டால்,
நெஞ்சொத்த நாமிருவர் மணமு டித்து
நெடுவாழ்வு தொடங்கலாம்! உன்னி டத்தில்;

அன்னத்தை நான்காண வேண்டும் என்றேன்
அதைமறந்தாய் என்னேடி" என்றான் நீலன்!
"சொன்னத்தை நான்மறந்து போக வில்லை
தொடர்பொன்று மில்லாது புதிய ஆளை
என்னத்துக் கவள்நம்ப வேண்டும்? அன்னாள்
எண்ணத்தை நானறிவேன்" என்றாள் நீலி!
"பொன்னொத்த பேழைக்கு முயல்கின் றாளா?
புலன்ஏதும் கிடைத்ததுவா?" என்றான் நீலன்.

"ஒருதுறவி வேலனுக்கே ஆன மட்டும்
உதவுகின்றான். பேழையினைத் தேடி வந்து
தருவதாய் உரைக்கின்றான். பேழைக் காகச்
சற்றேனும் கவலையிலா திருக்கின் றார்கள்.
வரும்பேழை என்றுதான் நினைக்கின் றேன்நான்
மறைவாகப் பேசுகின்றார் எனைய கற்றி!
பெரும்பூதம் விட்டதுவும் துறவி வேலை!
பின்நடத்த இருப்பானும் அவனே" என்றாள்.

வட்டிலிட்ட வெற்றிலைக்குச் சீவல் நெய்யால்
வறுத்தெடுத்து நிறுத்தநிறை மணமும் சேர்த்துத்

தட்டிலிட்டுச் செம்பினிலே இன்பால் பெய்து
தனித்தனியே முக்கனியின் சுளையும் இட்டுப்
பட்டிலிட்ட மேல்விரிப்பில் பூவ டிப்பைப்
பாரெல்லாம் மணம்பரவத் தெளித்துத் தங்கக்
கட்டிலிட்ட அறைகாட்டி நீலி தோள்மேல்
கையிட்டான் பெருவீடு கமழச் சென்றார்.

இயல் 69
நரிக்கண்ணன் அஞ்சியோடி அடைந்த ஆனையூர்ப் பள்ளியில் தன் ஆட்களிடமும்,
அமைச்சனிடமும் பேசியிருந்தான்.

சென்றடைந்த ஆனையூர்ப் பள்ளி தன்னில்
சிலமறவர் உடனிருந்தார்; அவரை நோக்கி
"இன்றடைந்த பூதத்தை இதற்கு முன்னே
எங்கேனும் கண்டதுண்டோ நீங்கள் எல்லாம்?
குன்றடைந்த நம்ஆட்கள் கண்டதுண்டோ!
கூறுங்கள்" என்றுரைத்தான் நரிக்கண் தீயன்!
"என்றுமிதைக் கண்டறியோம் கேட்டோ மில்லை"
என்றுரைத்தார் எல்லோரும்! அமைச்சன் சொல்வான்;

"ஆனையூர் தனில்வந்தோம் இவ்வி டத்தில்
அப்பூதம் வாராத தென்ன? நாமும்
பானையினைத் தலைகவிழ்த்துச் செய்த தைப்போல்
பகைவர்களும் ஒருபூதம் செய்தார் போலும்!
ஏனிதற்கு நாமஞ்ச வேண்டும்?" என்றான்.
இதற்கிடையில் அமைச்சன்மகன் நீலன் என்பான்
தேனிதழாள் நீலியிடம் பெற்ற நல்ல
செய்திகளில் சிலசொல்ல அங்கே வந்தான்.

இயல் 70
இங்கு வந்த நீலன் நரிக்கண்ணனை அஞ்சாதிருக்கச்
சொல்கின்றான்.

"பூதத்துக் கஞ்சுவதோ வேந்தே? அஃது,
பொய்ப்பூதம்! ஆள்கொண்டு செய்த பூதம்!

ஊதப்ப றக்குமொரு சருகு! வற்றி
உலுத்தஒரு மிலார்! அந்த அன்னத் திற்குத்
தோதாக ஒருதுறவி இந்தச் சூழ்ச்சி
சொல்லிவைத்தான்; அவ்விளைய அன்ன மும்தன்
காதலனும், துறந்தானும் அரண்ம னைக்குள்
கால்வைக்க லாயிற்றே! பேழை தன்னை

அரண்மனையில் தேடுகின்றார்! அவ்வி டந்தான்
அதுகிடைக்கும் என்பதுதான் அவர்க ருத்து!
விரைந்தங்கு வாரீரோ" என்றான் நீலன்!
வேந்தன்நரிக் கண்ணன்எரிக் கண்ண னாகிப்
பொருந்தும்இது! நடவுங்கள் அரண்ம னைக்குள்
போயிருக்கும் அன்னத்தைத் துரத்த வேண்டும்!
இருந்தங்குப் பேழையினை நாமே தேடி
எடுத்திடுவோம் என்றுரைத்தான்! நீலன் சொல்வான்:

"இங்கிருந்தே, எல்லாரும் பூதங் கள்போல்
எழில்மாற்றி மொழிமாற்றிக் கிளம்ப வேண்டும்;
அங்கிருக்கும் ஊர்மக்கள் அஞ்சிப் போவார்;
அன்னத்தின் ஆதரவும் குறைந்து போகும்;
சிங்கம்வரக் கண்டஒரு மானைப் போல
சேயிழைதன் கூட்டமொடு பறந்து போவாள்;
எங்கிருக்கும் ஆட்களையும்அழைப்பீர்" என்றான்
ஏற்பாட்டை நரிக்கண்ணன் ஒப்புக் கொண்டான்.

இயல் 71

நீலன் அரண்மனையில் அன்னத்தின் கூட்டத்தைக் கண்டு நரிக்கண்ணன் முதலியவர்கள் பூதமாக வர இருப்பதைக் கூறினான்.

அரண்மனையை நோக்கிவந்த நீலன், "நீலி
அன்னமெனும் உன்னருமைத் தலைவி யார்க்கும்
பெருமைபெறும் வேலனார், துறவி யார்க்கும்
பின்னுள்ளார் அனைவர்க்கும், உனக்கும் தீமை
வருவதையும் அறியீரோ? உயிர்பி ழைப்பீர்
வாரீரோ! வாரீரோ!" என்றான் நீலன்.

அரசன்மகள் உள்ளழைத்தாள், நீலன் சென்றான்.
அமைத்திட்ட நரிக்கண்ணன் திட்டம் சொல்வான்:

“இன்றிரவு பூதங்கள் நூறு வந்தே
இங்குள்ளார் அனைவரையும் கொன்று போடும்!
ஒன்றதிலே நரிப்பூதம்! மற்ற எல்லாம்
உடனிருக்கும் படைமறவர் எனும்பூ தங்கள்!
நன்றிதனை நானறிவேன்! நானோ அந்த
நரியாரின் அமைச்சன்மகன்! நீலி என்பாள்
என்னுயிர்போன் றாள்;அவளோ தங்கள் தோழி!
என்னிடத்தில் மிகவாகச் சொல்லி யுள்ளாள்.

துறவியார் இவர்தாமோ! வேல னாரும்
தூயபிற நண்பர்களும் இவர்கள் தாமோ?
நிறையஎனக் கன்புண்டு தங்கள் மீதில்!
நேரினிலே மட்டுந்தான் கண்ட தில்லை!
பிறகெல்லாம் பேசலாம்! வருந்தீ மைக்குப்
பெரிதுநீர் கருதிடுக” என்றான். வேலன்,
“இறையவரின் அமைச்சருக்கு மகனா ரேநீர்
இன்றிழைத்த நன்றியையாம் மறவோம்” என்றான்.

என்றவுடன் துறவியவன் “நீல னாரே
இங்குவரும் பூதங்கள் தம்மை நாமே
சென்றெதிர்ப்போம்! உம்தந்தை அடையா ளத்தைச்
செப்பிடுவீர்! அவரைநாம் காத்தல் வேண்டும்”
என்றுரைத்தான். அதுகேட்ட நீலன், “தந்தை
இடதுகையில் வேப்பிலைவைத் திருப்பார். அந்த
மன்னன் அடையாளமோ தலையில் மாம்பூ
வைத்திருப்பான் அறிந்திடுவீர்” என்று சொன்னான்.

பறந்ததுவே லன்குதிரை! அன்னம் ஓர்பால்
பாய்ந்தேறித் தன்பரியைப் பறக்கச் சொன்னாள்!
“பிறந்ததுநம் விடுதலை நாள்! பிறந்த தின்பம்!
பிளந்ததுபோய் ஆள்வாரின் சூழ்ச்சிப் பாறை!
மறந்ததுவும் உண்டோநம் வாளும் தோளும்
மாற்றலர்கள் ஏற்றுவந்த பழியை என்றே
அறைந்தார்கள் வெல்முரசம்! தோழர் எல்லாம்
அடடாஎன் றரண்மனைக்குள் கடிது வந்தார்.

கணக்காயர் வந்திட்டார்! தம்பால் நாளும்
கற்பாரும் வந்திட்டார்! வீரப் பர்க்குத்
துணைத்தோழர் வந்திட்டார்! நாட்டின் அன்பு
சுரப்பான நெஞ்சத்து மறவர் எல்லாம்
பணிக்காக உயிர்என்று கொதித்து வந்தார்!
பகையாக வந்தவரைத் தொகையாய் வெட்டிப்
பிணக்காடு செய்கருவி அனைத்தும் தீட்டிப்
பிழைகாட்ட வழியின்றித் தொழில்பு ரிந்தார்.

இயல் 72

அன்னம் வேழ மன்னனைக் கண்டு பேசலுற்றாள்.

வஞ்சியவள் வேழனிடம் சென்றாள், "ஐயா
மக்கள் எலாம் பூதத்தால் நடுங்கு கின்றார்.
நெஞ்சுறுதி கொண்டவரும் அதைஎ திர்க்க
நினைப்பதில்லை தங்களின்பே ராணை எண்ணி!
அஞ்சல்எனத் தாங்களுமோர் சொல்லைச் சொல்லி
அருளுவதும் இல்லைஎனில் ஆர்தாம் காப்பார்?
கெஞ்சுபவர் சார்பில்நான் கெஞ்சு கின்றேன்
கெடுதலையைத் தீர்ப்பதும்நும் கடனே" என்றாள்.

முதலிலொரு சிறுபூதம் வந்த தென்றார்!
முன்னிலுமு யர்ந்ததுவாய் மற்றொன் றென்றார்!
கதிர்நாடு பட்டதுபஞ் சும்ப டாது
கண்டாரும் காணாரும் சொன்ன சொல்லால்
இதுபூதம் அதுபூதம் எனந டுங்கி
இறப்பாரும் ஆனார்கள். புதுமை அன்றோ?
புதுமன்னன் நாடாள வந்தான்; பூதம்
போந்ததென ஓடிவிட்டான் கூட்டத் தோடு.

அஞ்சவைக்கும் பூதத்தை எதிர்த்துக் கொல்வார்
ஆர்எனினும் அவர்க்குநாம் காப்ப ளிப்போம்!
வஞ்சிஎழில் அன்னமே இதுநம் ஆணை!
மக்கட்கெ லாமிதனை எடுத்து ரைப்பாய்!
மிஞ்சவிடக் கூடாது பொல்லாங் கெல்லாம்
விளைந்தனவே பூதத்தால், என்றான் வேழன்!
நஞ்சுக்கு மருந்தையா தங்கள் ஆணை
நன்றையா என்றுரைத்தே அன்னம் சென்றாள்.

இழந்தானோர் ஏழை,பெருஞ் செல்வம் பெற்றான்
எனமகிழ்ந்து வரும்அன்னம் தன்னை நோக்கிப்
பழந்தானா என்றான்வே லன்.பழுத்த
பழந்தான் என் றுரைத்திட்டாள்! அரண்ம னைக்குள்
நுழைந்தாளைத் துறவியவன் கேட்கப் பூதம்,
நுழைந்தாளைக் கொல்லுவதால் அதைம றித்து
முழந்தாளை முறிஎன்றார் மன்னர் என்று
மொழிந்திடவே துறவியவன் மகிழ்வு கொண்டான்.

இயல் 73

இரவில் நூறு பூதம் வருவதாக அன்னத்தின் ஆள் வந்து அன்னம் முதலியவரிடம் கூறினான்.

சேறுண்டு நடவுண்டென் றிருப்பார் தாமும்
திருவுண்டு கடையுண்டென் றிருப்பார் தாமும்
வீறுண்டு வாளுண்டென் றிருப்பார் தாமும்
வினவுண்டு படிப்புண்டென் றிருப்பார் தாமும்
சோறுண்டு மனைமக்க ளோடு சென்று
துயிலுண்டு கிடக்கின்ற இரவில் ஓர்ஆள்
நூறுண்டு பூதங்கள் வருவ தைநான்
நோக்கியதும் உண்டென்றான் துறவி யின்பால்!

“வாளெடுப்பீர் இடக்கையில் பலகை கொள்வீர்!
வரிப்புலியின் கூட்டம்போல் சுருக்காய் ஓடித்
தோளெடுக்கும் முன்பகையின் உயிரெ டுப்பீர்!
தூயவனே! நரிக்கண்ணன் தலையில் மாம்பூ
தேளெடுத்து வைத்ததென இருக்கும்; வேம்பின்
சிறியஇலைக் கொத்தன்றோ அமைச்சர் கொண்டார்!
தாளெடுப்பீர் நடப்பீர்கள் வேல னாரே
தலைமைநடாத் துக!”என்று துறவி சென்னான்.

இயல் 74

அன்னம் நரிக்கண்ணனை மாய்த்தாள்.

ஞாயிற்றின் ஒளிமுகத்து வேலன், அன்னம்
காலாட்கள், நடந்தார்கள்! கோட்டை வாயில்
போயிற்றுக் கூட்டமிது!பூதக் கூட்டம்

பூபூஎன் றதட்டிற்று நேரில் வந்தே!
ஆயிற்றா உமைக்காத்துக் கொள்வீர் என்றான்
அடல்வேலன்! எதிர்த்தார்கள்! பனையி னின்று
காயிற்று வீழ்வதுபோல் நரிக்கண் ணன்தன்
கருந்தலைவீழ்ந் ததுவேஅன் னத்தின் வாளால்!

நாற்புறத்தும் வளைத்தார்கள் பகைக் கூட்டத்தை;
நடுப்புறத்தில் அமைச்சனுயிர்ப் பிச்சை கொள்ள
ஏற்புரைத்து மற்றவரின் உயிரை வாங்கி
எடுத்துவந்த எரிக்கொள்ளி யால்மு கங்கள்
மாற்றமுறத் தீய்த்துப்பின் பிணத்தை எல்லாம்
வரிசையுறக் கிடத்திஅரண் மனைய டைந்தார்.
வீற்றிருந்த துறவியவன் நடந்த எல்லாம்
வினவினான்; அமைச்சன்தான் மொழிய லானான்.

இயல் 75

நீலன் தந்தையும் நரிக்கண்ணன் அமைச்சனுமாகிய ஒருவன் துறவிபால் நடந்தவை கூறினான்.

தீப்பட்ட காட்டினிலே வேங்கை யோடு
சிறுமுயலும் சாதல்போல் நரியின் மைந்தன்
சாப்பாட்டுப் பொன்னப்பன் தானும் செத்தான்;
தன்தாயும் உடனிறந்தாள். பூதப் போர்வை
காப்பாற்றும் எனநினைத்தார்! அதனால் மாண்டார்!
கண்ணிமைப்பில், அன்னத்தால் நரி இறந்தான்;
வேப்பிலைக்கை யுடையயெனைப் புறம்வி டுத்து
வீழ்த்தினார் பகையனைத்தும் வேலர் என்றான்.

தேரோடு வீதியிலே கதிர்நாட் டானின்
செந்நீரோ டும்வண்ணம் வஞ்சம் செய்தும்
காரோடு நிகர்குழலாள் அரசி தன்னைக்
கனிவோடு பேசித்தன் கையால் மாய்த்தும்,
சீரோடு வாழ்ந்திருக்க நினைத்தான்; அந்தத்
தீயோனும் தீர்ந்தான். தன் குடித்தனத்தை
வேரோடும் தீர்த்திட்டான்! இரங்கு கின்றேன்.
மேல் என்ன விளைந்ததெனத் துறவி கேட்டான்.

பூதமெனச் சொல்வதெல்லாம் மனிதர் என்று
புகல்வதற்கே பிணத்தையெலாம் வரிசை யாக்கி
மீதமுள்ள அமைச்சரையாம் அழைத்து வந்தோம்!
விடிந்தவுடன் நாட்டார்கள் கண்டும் கேட்டும்
ஓதுவதால் வேழநாட் டரசன் எண்ணம்
உணர்ந்திடுதல் முடியுமென வேலன் சொன்னான்.
தீதொன்றும் இல்லைஇனித் துயில்வீர் என்று
செப்பினான்; நற்றுறவி! ஒப்பிச் சென்றார்.

இயல் 76

வேலன் நெஞ்சம் அன்னத்தின் மேல்!

சன்னலிலே தென்றல்வந்து குளிர்வி ளைக்கும்!
தனியறையோ அமைதியினைச் செய்யும்; மிக்க
மென்மையுறு பஞ்சணையோ துயில்க என்று
விளம்பும்! அவன் உளம்அங்கே இருந்தால் தானே!
கன்னலிலே சாறெடுத்துத் தமிழ்கு ழைத்துக்
கனிஇதழாற் பரிமாறும் இனிய சொல்லாள்
அன்னத்தின் மேல்வைத்தான் நெஞ்சை வேலன்,
ஐயத்தை மேன்மேலும் உடையா னாகி.

விண்ணிடையே பன்னூறா யிரம்மீன் கட்கு
வெண்ணிலவு போல்அந்த மங்கை, அன்னம்
மண்ணிடையே பெண்ணினத்துக் கொருத்தி அன்றோ?
வாழ்விடையே பெருவாழ்வு வாழ்ந்தாள்; என்றன்
கண்ணிடையே மலர்க்காடா னாளே! உள்ளக்
கருத்திடையே மணமானா ளேஎன் செய்வேன்!
நுண்ணிடையாள் எனக்குத்தா னோஅல் லாது
நோயிடையே சாகத்தான் பிறந்துள் ளேனோ!

தேனைப்போல் மொழியுடையாள்; அன்ற லர்ந்த
செந்தாமரை மலர்போல் முகத்தாள்; கெண்டை
மீனைப்போல் விழியுடையாள்; விட்ட திர்ந்த
மின்னைப்போல் நுண்ணிடையாள்! யாவுங் கொண்ட
வானைப்போல் உயர்வாழ்வு வாய்ந்தாள்; என்றன்
மகிழ்ச்சிக்கு மகிழ்ந்துநான் நைந்தால் நையும்

மானைப்போன் றாள்எனக்குத் தானோ அன்றி
வறிதேநான் சாகத்தான் பிறந்துள் ளேனோ!

பயிரடைந்த ஊட்டத்தி னூடு தோன்றும்
பச்சைப் பசுந்தோகை மயிலோ! நல்ல
உயிரடைந்த ஓவியமோ! அச்சில் வார்த்த
ஒளியடைந்த வடிவமோ! வைய மென்றும்
பெயரடைந்த பெருவாழ்வு வாய்ந்தாள்! என்மேல்
பெண்ணடைந்த மகிழ்ச்சிகோர் எல்லை யில்லை
உயர்வடைந்தாள் எனக்குதா னோஅல் லாமே
ஊன்மெலிந்து சாகத்தான் பிறந்துள் ளேனோ!

திருந்தாதோ முல்லையெனச் சிரிப்பாள்! நன்றே
செழிக்காதோ வையமென அறங்கள் செய்வாள்!
அருந்தாதோ தும்பியென வாய்ம லர்வாள்!
அடையாதோ அன்னம் எனும் நடையாள்! நாடு
வருந்தாதோ எனஆளும் வாழ்வு வாய்ந்தாள்!
வாய்க்காதோ என்அருள்தான் என்று நோக்கி
இருந்தாளே எனக்குத்தா னோஅல் லாமே
இடருற்றுச் சாகத்தான் பிறந்திட் டேனோ!

கொம்பென்றால் அவள்மெய்யைத் தார்வ ருந்தும்!
கொடிஎன்றால் அவளிடையை மின்வ ருந்தும்!
அம்பென்றால் அவள்விழியை மீன்வ ருந்தும்!
அலைஎன்றால் அவள்குழலை முகில்வ ருந்தும்!
செம்பென்றால் பொன்ஈயும் வாழ்வு வாய்ந்தாள்
செயல்என்றால் “உளம்வாய்மெய் உனக்கே ஆகும்
நம்பென்பாள்!” எனக்குத்தா னோஅல் லாது
நலிவுற்றுச் சாகத்தான் பிறந்திட் டேனோ!

பொன்னிழையால் பூப்போட்ட நீலப் பட்டுப்
புடவையொடு நடையழகி கண்டேன்; ஆங்கோர்
புன்னைமரம் மலர்குலுங்க நடந்த தென்ன
புதுமையென நான்வியந்தேன்! இவ்வை யத்தில்
மன்னுமிள வரசிஎனும் வாழ்வு வாய்ந்தாள்
மலர்விழியால் அருட்பிச்சை கேட்பாள் என்னை!
அன்னமவள் எனக்குத்தா னோஅல் லாமே
அகம்நொந்து சாகத்தான் பிறந்துள் ளேனோ!

ஆடப்போம் புனலிலெலாம் அவளே; காற்றில்
அசையப்போம் பொழிலிலெலாம் அவளே; கண்ணால்
தேடப்போம் பொருளிலெலாம் அவளே; நேரில்
தின்னப்போம் சுவையிலெலாம் அவளே;வண்டு
பாடப்போம் மலரிலெலாம் அவளே! மேற்கில்
படுகதிரில் அவள்வடிவே காண்பேன் என்று
வாடக்கண் துயிலாமல் இருந்தான் வேலன்
மலர்ந்திட்ட காலையிலும் அவளைக் கண்டான்.

இயல் 77
ஊர்ப் பேச்சு.

வடிந்ததுவே கருவண்ண இரவும்! ஆர்ந்து
வழிந்ததுவே பொன்வண்ணப் பகலும்! எங்கும்
ஒடிந்தது தீயோன்பிடித்த கொடுங்கோல்! வானில்
உயர்ந்ததுநல் லோரின்கை! சிலர்அ றிந்து
முடிந்ததுபூ தச்சூழ்ச்சி எனம கிழ்ந்தார்!
மூளுகின்ற அச்சமினி இல்லை என்றார்!
கடிந்துரைத்தார் நரியானைக் கைகள் கொட்டிக்
களித்திடுவார் பாடிடுவார், ஆடு வார்கள்!

அரசனிது கேள்வியுற்றான், வியந்தான்! சென்றே
அப்பிணங்க ளைக்கண்டான்; நரிக்கண் ணற்கு
வரும்இந்த நிலைக்கிரக்கம் கொண்டா னேனும்
வஞ்சகர்க்கு வாய்ப்பதுதான் வாய்த்த தென்று
கருதினான்; பூதமென வந்த தாலே
கட்டோடு மாண்டுவிட்டான். மாளச் செய்த
ஒருகூட்டம் உண்டென்றால் அதனை நான்தான்
உண்டாக்கி னேன்என்றான் சட்டத் தாலே.

தொல்லைஇனிக் கதிர்நாட்டுக் கில்லை பூதச்
சூழ்ச்சியோ வேரற்றுப் போன தாலே!
"வில்லைநிகர் நுதலுடைய அன்னம், பேழை
வேண்டுகின்றாள் அதன்முடிவு காண வேண்டும்.
கல்லையெலாம் மலையையெலாம் கட்டி டங்கள்
காட்சிதரும் மன்றமெலாம் அகழ்ந்தும் சாய்த்தும்

இல்லைஇது வரைக்குமே அருமைப் பேழை
இருக்கின்ற தெனும்பேச்சு” என்றான் மன்னன்.

வேழவனோ இவ்வாறு கூறக் கேட்டு
விளம்பிடுவான் நல்லமைச்சன் “மன்னர் மன்னா!
பேழையினைக் காண்பதுவும் எந்த நாளோ!
பெருநாட்கள் நாமிங்குக் கழிக்க லாமோ!
ஏழெட்டு நாட்களிலே பேழை கிட்டா
திருந்திட்டால் கதிர்நாட்டின் ஆட்சி தன்னை
மாழையெனும் தங்களரும் மருக ருக்கு
வழங்குவதே ஒழுங்காகும்” என்று சொன்னான்.

இயல் 78

வேழமன்னன் “ஏழுநாளில் பேழை அகப்படா விட்டால் கதிர்நாடு மாழைக்கு முடிசூட்டப் படும்” என்று பறை அறைவித்தான்.

எவரெதனைச் சொன்னாலும் ஆம் ஆம் என்றே
இயம்புகின்ற வேழத்தான் இதையும் ஒப்பித்
தவறொன்றுமில்லைஇதில் ஏழு நாட்கள்
தவணையிட்டுப் பறையறையச் சொல்க என்றான்!
நவிலலுற்றான் எவ்விடத்தும் வள்ளு வன்போய்!
நாடெல்லாம் முரசொலியைக் கேட்டார் மக்கள்.
இவண்ஏழு நாட்களிலே பேழை காணா
திருக்குமெனில் மாழைக்கே கதிர்நா டாகும்.

சிறுகுடிலில் நல்ஆத்தா இருந்தாள்! ஆங்கே
தேனிதழாள் அன்னந்தன் விழிநீர் சிந்த
இறையவனாம் வேழத்தான் சொன்ன வண்ணம்
ஏழுநாள் போய்விட்டால் நாடும் போமே!
அறையாயோ ஒருவழியை ஆத்தா என்றே
அழுதிருந்தாள்! வீரப்பர், கதிர்நாட் டாச்சி
பெறுவாய்நீ என்றாரே அவரைக் காணப்
பெறுவேனோ எங்குள்ளார்? பேசாய் என்றாள்.

இடைத்துகிலால் கண்துடைத்தே அன்ன மேஎன்
அன்புக்கு வாய்ப்பிடமே! என்து ணைவர்
நொடிப்போதும் சோர்வின்றிப் பேழை தன்னை

நோக்கும்விழி மூடாமல் தேடு கின்றார்.
துடிக்கும்நரிக் கண்ணனவன் ஒழிந்தான்; நீயே
தொட்டவாள் அவன்குடியை அழித்த துண்டு.
கொடிக்குநிகர் இடையாளே கதிர்நாட் டாட்சி
கொள்ளுநாள் இதுஅன்றோ! என்றாள் ஆத்தா.

வாயோரம் "உயிர்வாங்கும் சிரிப்பு" மின்னி
வழிகின்ற வேலவனின் திருமு கத்தில்
மாயாத என்நெஞ்சம் சென்று சென்று
மாய்வதனை இவ்வையம் அறிவ துண்டோ?
தீயோரும் என்நிலைமை அறிந்தால், என்றன்
திருப்பேழை தாராரோ எனத்து டித்துப்
பாயோரம் ஆத்தாவின் மடியின் மீது
தலைசாய்த்துப் படுத்தபடி பலநி னைத்தாள்.

நான்குநாள் ஆயினவே! பேழை தன்னை
நாட்டாரில் ஒருபேதை கண்ட தாயும்
நான்கேட்க வில்லையே மலர்மு கத்தில்
நறைபெருக்கும் இதழானைப் பெறுவ துண்டோ?
வான்முகிலில் பெருங்கடலின் கீழ்ப்பால் இந்த
வையத்தில் பெருங்காட்டில் இருப்ப தாக
ஊன்செவியில் நான்கேட்கப் பெற்றால் என்றன்
உயிர்கொடுத்தும் பேழையினைப் பெறுவேன் அன்றோ!

எனத்துடித்தே எழுந்திடுவாள்! வீதி நோக்கி
எழில்நகரை உள்ளத்தால் நோக்கி நோக்கி
இனித்தேடும் இடம்இல்லை எனமு டித்தும்
இருகாலும் செல்லும்வழிச் சென்றி ருந்தாள்.
தனித்தாளும் அரசுபோல் துறவி யங்கே
தானொருபால் வீற்றிருந்தான் அரண்ம னைக்குள்!
கனிச்சாற்றை நிகர்க்கின்ற தமிழ நிந்த
கணக்காயர் முதற்பலரும் அருகி ருந்தார்.

கணக்காயர், "அறிஞரே, துறவி யாரே,
கடிதினிலே பாண்டியனார் பரிசு தன்னைத்
தணிக்காத காதலனார் வேலன் கொள்ளத்
தண்ணருளைப்புரியீரோ" என்று சொல்லத்
"துணுக்கமுறு கின்றதுவே என்றன் உள்ளம்

தூயபாண் டியன்பரிசு வெளியில் வந்தால்
பிணக்கங்கள் வஞ்சங்கள் பிறக்கும், தூய
பேழைநிலை என்னாமோ? கருத வேண்டும்!

ஆயினும்நான் பேழைதனை நாளைக் கீவேன்
அறநெறியின் மறவர்களில் ஒருவன் வேலன்!
தூயஅவ் வன்னமும்இக் கதிர்நா டாளத்
தோன்றியவள்! கவலைஏன்? நீவிர் போக
ஆயவெலம் நான்முடிப்பேன், என்று ரைத்தான்.
அகமகிழ்ந்தார் அங்கிருந்தார்; அகன்று போனார்;
ஆயிழையாள் நீலியவள் பொதுமன் றத்தில்
ஆளனிடம் அன்புசெய விரைவிற் சென்றாள்!

இயல் 79
நீலன் நீலி பேச்சு

அன்பாகப் பேசியும்கை தொட்டும், தோளை
அணைத்தும்பின் முகத்தோடு முகமி ணைத்தும்
இன்பாக இரவுகழித் திடலாம் என்றே
எண்ணிச்சென் றாள்அந்த நீலி! நீலன்,
"முன்பாகச் சொல்லடிநீ பேழை பற்றி
முடிவென்ன செய்துள்ளார் அவர்தாம்" என்றான்.
"பின்பாகட் டும்சற்றே தமிழும் அன்பும்
பிசைந்தாற்போல் பேசியிருப் போமே" என்றாள்.

"மகிழ்ச்சிக்கோர் அடிப்படைதான் பேழைச் செய்தி
வற்றாத அன்பூற்றே சற்றே கேட்பாய்!
புகழ்ச்சிக்கே உரியவளாம் அன்னத் திற்குப்
பொன்முடியைச் சூட்டிவிட்டால் நாட்டார் பெற்ற
இகழ்ச்சிமுடி வடையுமடி! நமது நெஞ்சம்
இன்னலிலா திருக்குமடி! அப்போ தன்றோ
தொகுத்துவைத்த முத்தங்கள்; கொடுக்கல், வாங்கல்
தொழில்விரைந்து நடக்குமடி" என்றான் நீலன்.

நாளைக்குப் பேழைவரும் என்றாள் நீலி!
நற்பேழை இருப்பிடத்தைக் கேட்டான் நீலன்.
காளைக்கும் மங்கைக்கும் கணக்கா யர்க்கும்
காட்டுங்கால் காணுவீர் என்றாள்! தென்னம்

பாளைக்கு நிகரானநகைமு கத்தாய்
பகற்போதில் என்வீடு வருவாய்! இந்த
வேளைக்கு விடைகொடுப்பாய் என்று கூறி
விரைவாக நடந்திட்டான் வீடு நோக்கி.

இயல் 80

நீலன் வீடுசென்று, பேழையோடு வருவோனை மறித்துப் பறிக்கச் சொல்லி ஆட்களை ஏவினான்.

வீடடைந்தான் நீலனவன்! பொழுதோ இன்னும்
விடியவில்லை! ஆட்கள்பலர் எவ்வி டத்தும்
காடடைந்த விலங்குகள்போல் உலவ லானார்
கடகடெனக் குதிரையினை நடத்து கின்றார்!
கூடடைந்த கிளிபோலக் குடிசை தன்னில்
கொடியிடையாள் இருந்திடுவாள்! விரைவில் அங்கே
ஓடிடுங்கள் என்றகுரல் கேட்கும் ஓர்பால்!
ஊக்கங்கொள் வீர்என்னும் ஒருகு ரல்தான்!

எவனேனும் பேழையொடு செல்வா னாயின்
எதிர்த்திடுவீர், பேழையினைப் பறிப்பீர் என்று
நவிலுமோர் குரல்! நீண்ட வாள்ம றைத்து
நடவுங்கள் என்றதட்டும் ஓர்கு ரல்தான்!
சுவரைப்போய்ப் பார்என்பான் ஒருவன்! பேழை
தோளின்மேல் வைத்தபடி நிற்கின் றான்பார்!
அவனைமறி என்றொருவன் கூறக் கேட்டே
அத்திமரத் தைஒருவன் குத்தினைவான்.

ஆலடியில் நின்றிருந்த கழுதை தன்னை
அங்கொருவன் தொட்டுதையும் பட்டு வீழ்ந்தான்;
காலடிஓ சைகாட்டா தொருவன் சென்று
கல்தூணை மற்போருக் கழைக்க லானான்!
வேலடியை ஆள்என்று நெருங்கி முட்கள்
வெடுக்கென்று தைத்ததினால் நடுக்கங் கொண்டான்!
மேலெழுந்த நிலவிலும்,இத் தொல்லை யாயின்
மிகுமிருட்டு வேளைஎனில் என்ஆ வாரோ?

ஆளொருவன் வரக்கண்டால் ஐந்து பேர்கள்
ஆரங்கே என்றதட்டி நிறுத்து மந்த
நாளிரவு மெதுவாக நடக்கக் கீழ்ப்பால்
நடுக்கடலில் இளங்கதிர்தான் நுனிமு ளைக்கும்
வேலையிலே கதிர்நாட்டின் மேற்கி னின்று
வேலன்ஒரு குதிரையின்மேல் பேழை யோடும்
வாளோடும் வருகின்றான்! அவனைச் சூழ்ந்து
மறவர்பலர் வருகின்றார் குதிரை மீதே.

இயல் 81

வேலன் பேழை தூக்கிக் குதிரைமேல் வர, எதிரிகள் எதிர்க்க – வேலன் ஆட்களும் கை கலந்தார்கள்.

சீழ்க்கையடித் தேஒருவன், வேலன்! பேழை!
செல்லுங்கள் என்றுரைத்தான்! வேலன் மேலே
வாழ்க்கையிலே வன்பிணிகள் பாய்ந்த தைப்போல்
மறவர்பலர் வாளுருவிப் பாய்ந்திட் டார்கள்!
தாழ்க்கையின்றி எதித்தார்வே லன்கூட் டத்தார்!
சாய்ந்தனதோள் தலைகால்கள் தடத டென்று!
கீழ்க்கடலின் மிசைவந்த பரிதி அங்கே
கிடந்தஉடற் குருதியிலே கண்வி ழித்தான்.

கணக்காயர் மாணவரும், வீரப் பர்க்குக்
கையுதவி யானவரும் பகைக்கூட் டத்தைப்
பிணக்காடு செய்கின்றார்! பகைவர் தாமும்
பிளக்கின்றார் பல்லோரை! பேழை தன்னை
அணைத்தபடி வாள்சுழற்றும்வேலன் தன்னை
அழிப்பதுவே கருத்தாகப் பகைவர் கூட்டம்
தணற்காடாய்ச் சூழ்கையிலே பேழை காக்கத்
தட்டினான் குதிரையினைத் தறுகண் வேலன்.

பறந்ததுவே லன்குதிரை தெற்கு நோக்கி!
பகைவர்களும் தொடர்ந்தார்கள் வேலன் தன்னை!
சிறந்தகணக் காயர்நெடும் பரியும் ஆங்கே
செல்பகைமேற் சென்றதுசெஞ் சிறுத்தை போலே!
மறைந்திடுவான் வேலன்ஒரு காட்டில்! மேட்டில்
வாய்ந்திடுவான் பகைகாண! அவன்தி றத்தை

அறிந்துபகை பாயுங்கால் குதிரை தன்னை
ஆற்றினிலே நீந்துவிப்பான்; தோப்பில் மீள்வான்!

தன்னருமைப் பேழையொடு குதிரை தன்னைத்
தட்டுவான்; விரைவினிலே செலுத்து கின்றான்!
பின்தொடரும் பகைவர்சிலர் சோர்ந்து நிற்பார்!
பின்செல்லும் கணக்காயர் அவரைக் கொல்வார்!
இன்னல்தரும் பகைவர்தொகை குறையும் அங்கே!
என்றாலும் அத்தீயோர் தொடரு கின்றார்.
மின்னொளியாள் இன்னுயிர்போல் வாள்அன் னத்தின்
மீதுற்ற அன்புளத்தான்; தீது காணான்!

இயல் 82

துறவியிடம் வேலன் நிலையைச் சொல்லுகிறான் ஒருவன்.

துறவியிடம் வந்தொருவன் வணங்கி நின்று
"தூயவனைப் பகைவர்பலர் தொடரு கின்றார்!
திறல்வேலன் பேழையுடன் திரியா நின்றான்!
வேலனொடு கணக்காயர் தாமும் சென்றார்!
முறைமையுடன் வேலனிடம் கிடைத்த பேழை
முரடர்களால் பறிபோகக் கூடும்" என்றான்!
துறவிஉளம் கலங்கினான், வேழ வன்பால்
சொல்லுகபோய் இதைஎன்றான்! சென்றான் அன்னோன்.

அவ்வேழ மன்னவனால் கதிர்நா டெங்கும்
அமைதிநிலை பெற்றது;தீ யோரால் யார்க்கும்
எவ்விடத்தும் தீங்கில்லை; நகர்க்காப் பாளர்
எங்கெங்கும் வாள்பிடித்து நின்றி ருந்தார்.
கவ்விற்று மாலைஇருள்! வேலன் தன்னைக்
காண்போமோ எனப்பலரும் ஐயுற் றார்கள்!
இவ்வளவில் வேலனையும் கொன்றி ருப்பார்
என்றுபலர் எண்ணியுளம் ஏங்கு வார்கள்!

நரிவாழ்வு வேரோடு சாய்ந்த பின்னும்
நாட்டினிலே அன்னத்தின் நலத்தைப் போக்க
இருப்பவர்தாம் யாரென்று கேட்பார் சில்லோர்!
இளவரசி அன்னத்தை அடைவ தற்கோ
எழிற்பேழை வேண்டும்! அதை வேலன் பெற்றான்;

பெற்றான்பால் பெறுவதற்கு முயலு கின்றார்!
ஒருபொருளிற் பற்றுடையார் அறத்தால் கொள்வார்;
ஒருசிலர்தீ நெறிச்செல்வார் என்றார் சில்லோர்!

குடிசையிலே நல்லாத்தா மயக்கத்தாலே
குற்றுயிராய்ப் புரண்டபடி கிடந்தாள்! போழ்து
விடிந்ததுவும் தானறியாள்! பரிதி மேற்கில்
விழுந்ததையும் அவளறியாள்; இரவு வந்து
படிந்ததுத னிக்குடிலில்! விளக்கு மில்லை!
பதறினாள்! விழிதிறந்தாள்! எழுந்தி ருந்தாள்!
உடல்நோகத் தீக்கடைந்தாள்! விளக்கை ஏற்றி
உடன்துயின்ற அன்னத்தைப் பார்த்தாள்; இல்லை!

இயல் 83

ஆத்தாவுடன் படுத்திருந்த அன்னம் விடியலில் காணவில்லை.

சேயிழையாள் துயில்கிடந்த இடத்தில் தோய்ந்த
செங்குருதி கண்டிட்டாள்; ஐயோ என்று
வாயிலிலும் உட்புறத்தும் வெளிப்பு றத்தும்
வஞ்சியுடல் தனைத்தேடிக் காணா ளாகித்
தூயவளே அன்னமே என்று கூவிச்
சொல்லொன்றும் செவியினிலே கேளா ளாகி
நீயோடி இறந்திட்டாய் எனத்து டித்தாள்!
நீலிஅவள் அவ்விடத்தில் ஓடி வந்தாள்.

அன்னத்தைச் செங்குருதி சாயக் குத்தி
அழகுடலை இடுகாட்டில் பட்டுப் போன
புன்னையடி யிற்புதைத்தார் என்றன் ஆத்தா
போனதடி கதிர்நாட்டின் தேனூற் றென்று
சொன்னபடி துடித்தழுது புரண்டாள் நீலி!
துன்பத்து மலையடியிற் புதைந்தாள் ஆத்தா!
சின்னக்குடி லில்குருதி வெள்ளம் கண்டு
சிவக்கின்ற திருவிளக்கும் நடுங்கிற் றங்கே!

இயல் 84
அதேநேரம் பேழையோடு வேலன் வந்தான்.

இக்கொடிய காட்சியினை வேலன் கண்டான்.
இதோபாண் டியன்பரிசு! தாயே! என்ன?
பொற்கொடி எங்கே? என்று விரைந்து கேட்டான்.
பொன்னனையாள் செங்குருதி இங்கே சிந்த
அக்கொடியார் சாக்குத்திப் பட்ட புன்னை
அடியினிலே புதைத்தாரே என்றாள் ஆத்தா!
தைக்கின்ற வேல்நூறும் அம்பு நூறும்
சருக்கென்று பாய்ந்ததுபோல் உளம் துடித்தே

ஐயகோ என அலறி என்றன் வாழ்வும்
அழிந்ததடி அன்னமே, என்றி ரண்டு
கையாலும் தலைமோதி "கண்ணே உன்றன்
கலக்கத்தைத் தீர்க்குமோர் இலக்கி யத்தைப்
பொய்யாத பாண்டியனார் பரிசை, உண்மை
புலப்படுத்தும் பட்டயத்தைக் கொண்டு வந்து
வையாயோ என்றாயே வஞ்சி, தூக்கி
வந்தேனே! செந்தேனே! எனக்கேன் பேழை?

இயல் 85
நரிகள் மண்ணைத்தூற்றும் இடுகாடு; வேலன் அங்குச் சென்றான் அலறி.

எங்குள்ளாய் உடன்வைத்துக் கொள்வாய்" என்றே
இட்டதோர் பேழைதனைத் தோளில் ஏற்றி
அங்குள்ள புன்னையினை எண்ணி வேலன்
அழுதபடி ஓடுகின்றான்! முழுநி லாவும்
பொங்குதுயர் காணவும்பொ றாத தாகி
மறைந்ததுவே போய்க்கரிய முகிலுக் குப்பின்!
மங்காமல் விழிக்கும்நரி மண்ணை எற்ற
வருகின்ற இடுகாட்டிற் புன்னை யின்கீழ்

பிணமேடு தனைக்கண்டான்; நெஞ்சி ரண்டாய்ப்
பிளந்ததுபோல் திடுக்கிட்டான்! ஆவி தன்னைத்
தணலேறிச் சுட்டதுபோல் துடித்தான்! காணத்

தாங்காது கைவிரைந்து விழித்தான் கண்ணை!
மணல்மீது தான்வைத்தே பேழை தன்னை
மற்றுமொரு முறைகண்டான்! கனவோ அன்றி
உணர்வேதும் கலங்கியதோ எனநி னைத்தான்.
உயிர்க்குயிரே! அன்னமே! எனஅ ழைத்தான்.

"சிவப்பாம்பல் மலர்வாயிற் சிந்தும் முல்லைச்
சிரிப்புக்கும், கருப்பஞ்சாற் றுச்சொல் லுக்கும்,
குவிக்கின்ற காதலொளி விழிக்கும், கார்போல்
கூந்தலுக்கும், சாந்தமுகத் திங்க ளுக்கும்
உவப்புற்றேன் அவ்வுவப்பால் காதல் பெற்றே
உயிர்நீயே என்றுணர்ந்தேன்; இயங்க லானேன்!
அவிந்தனையே திருவிளக்கே! இந்த வையம்
அவியவில்லை எனில்எனக்கிங் கென்ன வேலை?

படித்ததுண்டு; கேட்டதுண்டு; கண்ட தென்ன?
பகலியங்கி இரவுறங்கும் சிறுமை யன்றித்
தடித்தஉடல் பெருநெறியிற் சென்ற தில்லை;
தனித்தினிக்கும் இசைத்தமிழில் தேனும் கூட்டி
வடித்தெடுத்த மொழியாளே, மலர்க்கண் காட்டி
வாழ்விலெனை உயர்வித்தாய். உயிரே! உன்சீர்
முடித்தனையே திருவிளக்கே! இந்த வையம்
முடியவில்லை எனில் எனக்கிங் கென்ன வேலை?

பிறக்கமுடி யாதினிமேல் பெண் ஒருத்தி!
பிரிக்கமுடி யாதஉயிர்ப் பொருளே! நெஞ்சம்
மறக்கமுடி யாதஎல்லாம் பேசி, இன்ப
வாழ்க்கையெனும் கடற்கரையின் ஒட்டில் நானோ
சிறக்கஒரு முறையேனும் மூழ்க வில்லை!
சேயிழையே! தீங்கனியே! அந்தோ நீதான்
இறப்பதுவோ திருவிளக்கே! இந்த வையம்
இறக்கவில்லை எனில் எனக்கிங் கென்ன வேலை?

மோதல் ஒன்றோ? எதிர்ப்பொன்றோ இப்பே ழைக்கு?
முழுமூச்சும் ஈடுவைத்துக் காத்து வந்தேன்!
ஈதல் ஒன்று மற்றொன்று சாதல் என்றே
எண்ணிணேன்! அன்னமே உன்மேற் கொண்ட
காதலன்றோ என்வெற்றி! கண்தி றந்து

காணாயோ? பேழையையும் எனையும் விட்டுச்
சாதலுண்டோ திருவிளக்கே! இந்த வையம்
சாகவில்லை எனில் எனக்கிங் கென்ன வேலை?

வெண்ணிலவை எட்டிவிட்டேன் என்றி ருந்தேன்;
விண்ணினின்று வீழ்ந்தேனே! தென்றல் காற்றின்
பண்ணமைந்த தமிழ்ப்பொதிகை எனக்கே என்றேன்;
பாழ்ங்கிணற்றில் தூக்கிஎறி யப்பெற் றேனே!
திண்ணெனவே இழந்தேனே, பசியைப் போக்கத்
திரட்டியமுப் பழச்சாறே! என்னை விட்டு
மண்ணடைந்தாய் திருவிளக்கே! இந்த வையம்
மடியவில்லை எனில் எனக்கிங் கென்ன வேலை?

கடைவிழியில் நிலவுசெயும் உனது சாயல்
களிமயிலும் காட்டாதே! ஒசிந்த மென்மை
இடையழகு மின்னலிடை இல்லை யேசெவ்
விதழ்கண்டார் மலரிதழும் காண்பா ருண்டோ?
உடையெல்லாம் நீலமணி கடலோ நாணும்!
ஒளிமுகத்தைக் கண்டிட்டால் பரிதி நாணும்!
மடிந்தாயோ திருவிளக்கே! இந்த வையம்
மடியவில்லை எனில் எனக்கிங் கென்ன வேலை?

இயல் 86

வேலன் பிணத்தைத் தோண்டி மடியிற் சாத்தினான். நிலவு அப்போது முகிலில் மறைந்திருந்தது.

புதைத்தாரோ இரக்கமிலார் பொன்னு டம்பைப்
புதுமுகத்தைக் கடைசிமுறை காட்டாய்" என்று
பதைத்தானாய்ப் பிணப்புதையல் தோண்டிக் கூட்டைப்
பரிந்தெடுத்துத் தன்மடியில் கிடத்திக் கூந்தல்
ஒதுக்கிமுழு நிலாமுகிலில் புதைந்த தாலே
இருளிடையே ஒளிமுகமும் புதைந்த தென்று
கொதித்துள்ளம், கண்ணேஎன் கண்ணே என்று
கூப்பிட்டு முகத்தோடு முகத்தைச் சேர்த்தே,

'முத்தமடி' கடைசிமுறை! ஒன்றே ஒன்று
முடிந்ததடி என்வாழ்வும்! உயிர்க்கி ளைமேல்

தொத்துகிளி யே என்று மலர்க்கன் னத்தைத்
துணைவிழியால் தேடுங்கால் முழுநி லாவும்
மொய்த்தமுகில் கிழித்துவெளிப் பட்ட தாலே
முழுதழுகி, ஊன்கழன்ற முகத்தைக் கண்டான்!
கொத்தாகக் குழல்கழன்ற நிலையும் கண்டான்!
குடல்சரிதல் கண்டான்;பல் இளித்தல் கண்டான்.

இயல் 87

பின்னர் நிலா வெளிப்படவே, பிணத்தின் அழகற்ற நிலை கண்டான்; எறிந்தான் பிணத்தை! வெறுத்துரைத்தான் பெண்ணுலகை!

சீ! என்று பிணமெறிந்து விரைந் தெழுந்து
சிதைவுடலை மறுமுறையும் உற்று நோக்கி
ஏ!இதற்குத் தானா? இவ்வழியு டற்கா?
இருள்கண்டால் விழிமூடும்! நோயும் அஞ்சும்!
வாயெச்சில் கண்டாலும் அருவ ருக்கும்!
மாக்கீழ்மை! இதற்குத்தா னாஇப் பாடு!
ஈயருந்த அழகுதசை எறும்பு மொய்க்க
இற்றொழுகு புண்ணீர்!மற் றிதிலோ நாட்டம்?

பேன்நாறி வீழ்குழலைத் தேனா றென்றும்
பீளைஒழு கும்விழியை நீல மென்றும்
மேல்நாறும் சளிமூக்கை எட்பூ என்றும்
வெறுங்குறும்பிக் காதைஎழில் வள்ளை என்றும்
ஊன்நாறும் ஊத்தைப்பல் வாய்உ தட்டை
ஒளிமுல்லை செவ்வாம்பல் கோவை என்றும்
தோல்நாறும் கன்னம்கண் ணாடி என்றும்
துயர்ஈளை பயில்குரலைக் குயில்தான் என்றும்

உடல்சுமக்கும் உரல்போலும் இடையை, வானின்
உச்சிஅதிர் மின்னலிலும் அச்ச மென்றும்
கொடுங்குள்ள வாத்துநடை அன்ன மென்றும்
குறுகியசெக் குலக்கைக்கால் வாழை என்றும்
இடும்பையிலே இடும்குதிகால் சுவடி என்றும்
ஈரித்த வெள்ளடிதா மரைப்பூ என்றும்

கெடும்படியே சொல்லிவைத்தார் புலவர், நேரில்
கிழக்கினையும் மேற்கென்று கிளத்து வார்போல்!

கண்ணுக்கு மையிட்டும் காதில் மூக்கில்
கல்லிழைத்த நகையிட்டும், சிக்க றுக்க
ஒண்ணாத குழலுக்கு மலர்கள் இட்டும்
உரைநாணும் உடலுக்குத் திரையை இட்டும்
பெண்ணென்று வந்தவளை இட்ட வெல்லாம்
பிரிப்பாரேல் காண்போர்கள் சிரிப்ப ரன்றோ?
மண்ணுக்கு வைத்தசுமை; வாழ்வின் நஞ்சு
மங்கையரை வெங்கனவாய் மதித்தார் மேலோர்!

மாவடுவென் றால்விழியை மரமே நாணும்!
மலர்என்றால் பெண்முகத்தைச் சோலை நாணும்!
காவடிபோ லும்தோளை மூங்கில் என்றால்
காக்கையுந்தன் கால்வைக்கக் கூசு மன்றோ!
நாவடுச்சொல் தேனென்றால் வண்டோ ஒப்பும்?
நங்கையரின் அங்கையோ செங்காந் தட்பூ?
சாவடியின் கால்விலங்கு நிகர்க்க மூத்தைச்
சங்கென்றால் இக்கொடுமை எங்க டுக்கும்?

தேன்பாதி கொடுநஞ்சு பாதி என்றும்
திருப்பாதி வறுமைநிலை பாதி என்றும்
வான்பாதி படுசூறை பாதி என்றும்
வழிபாதி அடைமுட்கள் பாதி என்றும்
ஊன்பாதி பெருநோயும் பாதி என்றும்
உரைப்பதுபோல் பெண்ணொருத்தி ஆட வன்பால்
நான்பாதி நீபாதி என்பர் ஆயின்
நல்வாழ்விற் சரிபாதி இல்லை ஆகும்.

இருளெல்லாம் பகலாக எண்ணி, நாளும்
இரவெல்லாம் சலியாமல் ஓடி, ஆடித்
தெருளில்லா நெஞ்சுடையேன் அலைந்தேன், இன்பம்
தேரேன்; இத் துறைநாடி இன்ன லுற்றேன்!
அருளில்லா வாட்படைக்கும் வேற்ப டைக்கும்
அழிவில்லா திருந்திட்டேன்; எனினும் அந்தோ
பொருளில்லாப் பெண்மையைநான் பொருளா யெண்ணிப்
பொழுதெல்லாம் பழுதாக்கி விட்டே னன்றோ?

தாய்க்கேனும் தொண்டுசெயார்! அன்பு கொண்ட
தந்தைக்குத் தொண்டுசெயார்! தன்நாட் டார்க்குப்
போய்த்தூய தொண்டுசெயார்! தமிழ்வ ளர்க்கும்
புதுநூற்குத் தொண்டுசெயார்! கல்லார் நல்லா
ராய்த்திகழத் தொண்டுசெயார்! அடிமை மாற
அறத்துக்குத் தொண்டுசெயார்! பெண்கள் என்னும்
நோய்க்கன்றோ நாளெல்லாம் தொண்டு செய்தார்
நுனிஏறி அடிமரத்தை வெட்டு வார்போல்!

பெண்ணினத்தைத் தூற்றலுற்றான்; பெண்ணி னத்தைப்
பெரிதென்னும் வையத்தை அருவ ருத்தான்.
கண்ணிழந்தான் போலிருந்தான்; எதையும் அங்குக்
காணாமல் இருந்ததனால் காதல் தேனை
உண்ணுவதும் தீர்ந்திட்டான். மெய்வெ றுத்தான்!
உயிர்வெறுத்தான்! பெண்நெருப்பில் வீழ்தல் இன்றிப்
பண்படுத்த முடியாதோ உலகை என்றான்!
பலசொன்னான் முடிவான கருத்தும் சொல்வான்!

இயல் 88

பெண்ணுலகை ஏசுகின்ற வேலனின் பின் அன்னம் வந்து நின்று அழைத்தாள்.

முதுவையம்! தீச்செயலால் முடிந்த வையம்!
முடிவிலொரு பயனில்லா வையம்! என்றான்.
அதுபோதில் பின்புறத்தில் அன்னம் வந்தே
அடியோடு தீர்ந்ததுவோ ஆ ஆ என்றாள்!
இதுவைய மாஎன்றான்! "உள்ளேன்" என்றாள்!
இரண்டுமுகில்! இரண்டுநிலா! உனைநான் பெற்றேன்.
புதுவையம்! புதுவையம்! இதுதான் என்றான்;
பூவைநீ இலாவையம் விழலே என்றான்.

திகழ்வேலன் பாண்டியனார் பரிசு தன்னைச்
செங்கையிரண் டும்சேர்த்துத் தூக்கி, "உன்றன்
புகழ்க்குரிய பேழையினைக் கொள்க" என்றான்!
பூங்கையால் வாங்கினாள். முகத்தில் ஒற்றி
மகிழ்ச்சியொடு கீழ்அமைத்தாள்; திறந்தாள்: கண்ணால்
மங்காத பட்டயமும் அனைத்தும் கண்டாள்!

முகம்தாழ்த்திக் கால்விரலால் தரையைக் கீறி
"முடிந்ததுசூள்; கடிமணந்தான் மிச்சம்" என்றாள்.

இயல் 89

வேலன் நடந்ததை உரைத்தான்.

"ஆம்"என்றான், அள்ளூற! "இனிமேல் உம்மை
அத்தான்என் றழைத்திடுவேன்" என்றாள் அன்னம்!
"தூமணியே செய்"என்றான்! "என்னை வந்து
தொடுங்கள்அத்தான்" என்றுரைத்தாள்! தீர்ந்த பின்னர்
"மாமயிலே இனிமெதுவாய் நடப்பாய்" என்று
மணிப்பேழை தான்தூக்கி நடக்க லானான்!
"தீமையுறு பிணமென்ன? இறந்த தாகச்
செப்பியவர் யார்"என்றாள்! வேலன் சொன்னான்:

"தெங்குபெருங் குலைசுமந்த தைப்போல் பேழை
செங்கையிலே சுமந்துகுடி சைபு குந்தேன்.
மங்கைஎழில் அன்னமெங்கே என்று கேட்டேன்.
மரத்தடியில் புதைத்தார்கள் என்றார் தாயார்.
செங்குருதி தோய்ந்திருத்தல் கண்டேன். அங்கே
செவ்விழியால் நீர்பெருக இருந்தாள் நீலி!
இங்குவந்தேன்; சரி, அதுபோ கட்டும் பெண்ணே!
இன்பமன்றோ நடைமுத்தம்" என்றான் வேலன்.

இயல் 90

அன்னம், நீலன் வீட்டில் இருந்ததையும் குடிசைக்கு வந்தபோது ஆத்தா வியப்புற்றுச் சொன்னதையும் சொல்கிறாள்.

"உம்அன்னை யுடன் துயின்றேன். விடியு முன்னே
உலவிவர நீலிஎன்னை அழைத்துச் சென்றாள்!
அம்மருங்கில் தீயவர்கள் எனைஎ திர்த்தார்!
அப்போது நீலன்எனைத் தன்அ கத்தில்
செம்மையுற இருஎன்றான்; வெளியிற் சென்றால்
தீமைஎன உரைத்திட்டான் அங்கிருந்தேன்!
இம்மதியின் ஒளியினிலே குடிசை வந்தேன்;
எழில்நீலி, ஆத்தாவும் வியப்புற் றார்கள்!

நானிறந்து போனேனாம்! புன்னை யண்டை
நல்லுடலைப் புதைத்தாராம்! ஆத்தா வின்பால்
தேனிதழாள் நீலிஇது சொன்னாள்! அந்தச்
சேயிழைக்கோ நீலனுரைத் தானாம்! என்றன்
ஊன்உகுத்த செங்குருதி குடிசை தன்னில்
ஒருவெள்ள மாயிற்றாம்! இதுவு மன்றிப்
போனதுயிர் எனும்படியே அருமை ஆத்தா
புலன்மயங்கிக் கிடந்ததுவும் வியப்பே" என்றாள்.

இயல் 91

வேலன், நீலனுடைய சூழ்ச்சியைக் கூறினான்.

"என்னிடத்தில் பேழையினைப் பறிக்க நீலன்
எழிலுடைய நீலியிடம் உளவ றிந்தான்;
இன்னல்செய எவ்விடத்தும் ஆட்கள் வைத்தான்
இதற்கிடையில் நீ இறந்தாய் என்ற பொய்யை
என்செவியில் நீலியினால் எட்ட வைத்தான்.
இவையெல்லாம் இருக்கட்டும், பெண்இ தழ்தான்
கன்னலின்சா றென்கின்றார் மெய்யா?" என்றான்;
காணிர்என உளங்கனிந்தாள்! நடக்க லூற்றாள்!

"நானில்லை எனத்தெரிந்தால் நீரு மில்லை.
நடுத்தெருவில் பேழைதான் கிடக்கும்! நீலன்
தானிந்த நாட்டினையும், எனையும் பெற்றுத்
தனியாட்சி நடத்தலாம் எனநினைத்தான்!
தேனில்லை எனில்நல்ல வண்டு மில்லை
செத்தொழிவேன் நீர்இறந்தால்; இதனை நீலன்
ஏனறிய வில்லை? இருக்கட்டும்; தென்றல்
இருவருக்கும் நடுச்செல்ல விடாதீர்" என்றாள்.

இயல் 92

அனைவரும் ஒன்று சேர்ந்தனர்

வேழவனின் படைமறவர் காப்ப ளிக்க
விரைவாக எதிர்வந்தார்! கணக்கா யர்தாம்
வாழ்கஎன வாழ்த்துரைத்த வண்ணம் வந்தார்!
மற்றுமுள தோழர்களும் வந்து சேர்ந்தார்.

பேழையினைக் கண்டார்கள் வேல னோடு
பெடைஅன்னம் நடைகண்டு மகிழ்வு கொண்டார்!
தாழுமுழுத் துறவியவன் வந்தான்! ஆத்தா
தள்ளாடி நடந்துவந்தாள்! நீலி வந்தாள்!

வெற்றியெல்லாம் நீர்அருளிச் செய்தீர் என்று
வேலன்தான் துறவியினை வணங்கி நின்றான்!
உற்றபெரு வாழ்வனைத்தும் நீவிர் தந்தீர்
ஒருபோதும் மறவேன்என் றுரைத்தாள் அன்னம்!
பெற்றவன்தன் பிள்ளைக்கு நலத்தைச் செய்தான்
பெருவியப்புக் கிடமில்லை என்று கூறி
ஒற்றுநரை முடிநீக்கி வீரப் பன்தன்
உருக்காட்டினான் யார்க்கும் உவகை யூட்டி!

இயல் 93
முடிசூட்டு விழா அறிவிப்பு.

தெருவெல்லாம் மறுநாளே முரச றைந்து
திருநாடு வேலற்குத் தரும்வி ழாவைப்
பெருநாடெல் லாம்உரைத்தார்; வான்ம றைத்துப்
பின்னிவைத்த வண்ணப்பந் தல்கள் நாட்டி
இருள்நாடா திருக்கும்வகை விளக்கும் இட்டார்;
எழுதிவைத்த ஓவியங்கள் உயிர் பெற்றாற்போல்
வருகாலிற் சிலம்பசைய மாதர் இல்லம்
மணியாக்கித் தணியாது மகிழ்ந்தி ருந்தார்!

அரசிருக்கைப் பெருங்கூடம் சிறக்க, ஆங்கே
அணிமடவார் மறவேந்தர் சூழ்ந் திருக்க
முரசெழுப்பக் கருவியெலாம் இசையெ ழுப்ப
முதுநாட்டுப் பெருமக்கள் புதுமை காண,
வரிசையொடு காத்திருக்க வேழ நாட்டு
மன்னவனும் வந்துநின்றே " அன்னம் வேலன்
திருமணமும் இது" என்றான்! "கதிர்நாட் டாட்சித்
திருமுடியும் இது" என்று புனைந்தான் நன்றே!

இயல் 94

அன்னம் வேலன் மண வாழ்த்து!

தமிழ்க்கவிஞர் வாழ்த்துரைத்தார்; தமிழி சைக்குத்
தனிப்புலவர் வாழ்த்திசைத்தார்; நகைமு கத்தின்
அமுதமொழி மங்கைமார் மலர்பொ ழிந்தே
அரசியார் அரசர் நனி வாழ்க என்றார்!
தமைவாழ்த்தி னோர்க்கெல்லாம் அன்னம் வேலன்
தகுநன்றி கூறினார்! தமிழும் பூவும்
கமழ்கின்ற பெருங்கூடம் விட்ட கன்றார்
கதிர் நாட்டு மக்களெலாம் வாழ்க என்றே!

மணித்தவிசில் வீற்றிருந்த பசிய கிள்ளை
மலர்ச்சோலை தான்புகுந்து குடமெ டுத்தே
அணித்தான குளிர்புனலை ஏந்தி முல்லை
அடிவார்ப்பாள் போற்காட்டிக் கீழ்க்கண் ணாலே
தணிக்காத காதலொடும் அன்புள் ளானைத்
தான்பார்த்த படியிருந்தாள்! வேலன் தேடி
பணிச்சியரால் உளவறிந்தே விரைவில் அன்னம்
பறக்குமுனம் பறந்தின்பம் பகிர்ந்தான் வாழி!

முற்றும்.